PHỔ HƯƠNG TÌNH THẦY

*(Tuyển tập những bài viết
của Thầy Từ Lực dành cho GĐPT)*

PHỔ HƯƠNG TÌNH THẦY

*Tuyển tập những bài viết
của Thầy Từ Lực dành cho GĐPT*

PHỔ HƯƠNG TỈNH THẦY

Kết tập:

Tâm Nghĩa, Thị Nghĩa, Nhật Quang Đạo, Quảng Ý, Nguyên Túc,
Giác Bổn, Tâm Thường Định, Nhuận Pháp và Uyên Nguyên
Tủ Sách Phổ Hòa xuất bản, 2020
ISBN: 978-1-67813-835-6

MỤC LỤC

- GIỚI THIỆU "PHỔ HƯƠNG TÌNH THẦY"
  TUYỂN TẬP NHỮNG BÀI VIẾT DÀNH CHO GĐPT
  CỦA THƯỢNG TỌA THÍCH TỪ LỰC ~ *Thị Nghĩa Trần Trung Đạo*..........7

- 40 NĂM Ở MỸ: XÂY DỰNG ĐẠO TRÀNG, NỐI KẾT TÌNH THÂN 13

- TỔ CHỨC GIA ĐÌNH PHẬT TỬ 27

- AI LÀ TÂM MINH CỦA THẾ KỶ 21 29

- CHÁNH TÂM 20: MONG CHỜ MỘT VẬN HỘI....................35

- VẤN ĐỀ CẢI TIẾN SINH HOẠT TẠI MIỀN THIỆN MINH.............39

- TU HỌC ĐỂ THƯƠNG NHIỀU, HIỂU RÕ....................43

- HUYỀN TRANG 5 NIỀM VUI HỘI NGỘ 47

- CÙNG LÀM, CÙNG GÓP SỨC 51

- NIỀM VUI HỘI NGỘ 55

- NHỮNG CHUYỆN NÊN NHỚ NHỮNG ĐIỀU NÊN QUÊN 59

- XIN DỪNG LẠI, ĐỂ NHÌN CHO RÕ 65

- VIỆC CẦN LÀM BÂY GIỜ: THỐNG NHẤT Ý CHÍ,
  HÒA ĐỒNG TƯ TƯỞNG...............................71

- TINH THẦN QUÁN NIỆM 75

- THƯƠNG ANH, THƯƠNG CHỊ THƯƠNG... ĐOÀN 81

- MỪNG TỊNH KHIẾT TRÒN 30 TUỔI......................85

- CON ĐƯỜNG VẠN HẠNH NỞ HOA 87

- GĐPT, CON TIM NÀO CÒN ĐẦY NHIỆT HUYẾT................91

• RỪNG THÔNG VỌNG TIẾNG LAM HIỀN.................................99

• TIỂU HÒA, ĐẠI HÒA..103

• THỬ ĐỀ NGHỊ MỘT HƯỚNG ĐI 105

• THƯ GỞI ANH QUẢNG QUÝ HUỲNH KIM LÂN:
  BAN HÀM THỤ TRẠI VẠN HẠNH 113

• THƯ GỞI ANH QUANG NGỘ ĐÀO DUY HỮU 119

• MÌNH CÓ THỂ LÀM GÌ CHO TỔ CHỨC GĐPT, CHO CÁI ĐẸP,
  CÁI VUI, CÁI QUÝ BÁU MÀ MÌNH ĐÃ CÓ VỚI NHAU... 123

• XIN HỎI BẠCH CƯ SĨ: ĐƯỜNG NÀO VỀ XỨ PHẬT 127

• THƯ GỞI ANH TRƯỞNG BAN PHÚC THIỆN NGỮ DUY THÀNH 133

• TRẠI HOA LAM 2015: VUI LÀ VUI QUÁ VUI... 139

• MỘT CON NGỰA ĐAU, CẢ TÀU KHÔNG ĂN CỎ 145

• TRẠI VẠN HẠNH I: NIỀM VUI TRONG CHÁNH PHÁP.....................149

• NGƯỜI HUYNH TRƯỞNG: NHỮNG BƯỚC CHÂN TIÊN PHONG
  NHỮNG TẤM LÒNG XÂY DỰNG 155

• WHAT FORM OF BUDDHISM IS FOR US? 161

• PRACTICING MINDFULNESS FOR YOUTH.........................169

• LỜI BẠT TU GIỮA CHỢ ~ *Nhật Quang Đạo* 177

GIỚI THIỆU
"PHỔ HƯƠNG TÌNH THẦY"
TUYỂN TẬP NHỮNG BÀI VIẾT DÀNH CHO GĐPT
CỦA THƯỢNG TỌA THÍCH TỪ LỰC

Trong tham luận nhân dịp hội thảo "GĐPT Giữa Giáo Hội" do Ban Hướng Dẫn Miền Quảng Đức tổ chức cuối năm 2019, Huynh trưởng Huỳnh Ái Tông có nhắc đến một số cao tăng xuất thân là Huynh trưởng Gia Đình Phật Tử (GĐPT) như Cố Hòa Thượng Thích Tâm Thanh, Cố Thượng Tọa Thích Phổ Hòa, Thượng Tọa Thích Từ Lực v.v...

Nếu kể hết, danh sách chắc còn rất dài. Không chỉ bên chư tăng như cố Đại Lão Hòa Thượng Thích Minh Châu mà cả bên chư ni như Ni Sư Thích Nữ Huệ Tâm tức chị trưởng Lệ Từ Nguyễn Thị Thu Nhi, sư cô Tịnh Ngọc tức trưởng Phạm Thị Hoài Chân và nhiều bậc tăng ni khác đã từng là huynh trưởng. Ngay cả Cố Đại Lão HT Thích Thiện Minh đã từng là cố vấn giáo hạnh sinh hoạt gần gũi với GĐPT từ khi ngài còn là một Đại Đức trẻ vào những năm 1950.

Dù đã xuất gia, chư tôn đức xuất thân từ GĐPT vẫn luôn gắn bó với GĐPT trong nhiều cách. Màu áo lam, chiếc mũ, cái còi, bài hát sinh hoạt v.v... vẫn sống trong suy tư, thao thức của các ngài.

Nhưng trường hợp của Thượng Tọa Thích Từ Lực đặc biệt hơn cả.

Như Thầy kể lại:

"Tôi gia nhập GĐPT lúc 14 tuổi với một Đơn Vị ở cách xa thành phố Huế 20 cây số. Không học hỏi được gì nhiều, chỉ biết khi đến Chùa là các Bác cho ăn xôi, chuối, và nhất là có Bạn để vui chơi. Vậy mà, những kỷ niệm thắm thiết, thân thương thời đó, vẫn còn trong lòng mình sau hơn 50 năm lặng lẽ trôi qua. Mới biết, chính nhờ tình Lam, sự đối xử với thương mến của quý Anh Chị Huynh Trưởng mà những chất liệu Yêu Thương, Tôn Trọng, Vui Vẻ đã nuôi dưỡng đời sống của mình, dù khi xa nhà, trưởng thành và sinh sống ở Hoa Kỳ."

Thầy không chỉ suy tư thao thức với kỷ niệm trước ngày xuất gia mà còn mang một tâm nguyện được góp phần vào nỗ lực hiện đại hóa GĐPT trong thời đại tin học toàn cầu hóa ngày nay. Thầy sống với anh chị em. Thầy vui với anh chị em. Thầy buồn với anh chị em.

Hầu hết trong 28 bài viết của tuyển tập Phổ Hương Tình Thầy là những bài viết về tuổi trẻ Phật Giáo, GĐPT. Những bài viết hết sức chân thành, không sáo ngữ, không dạy bảo và ngay cả không khuyên răn ai. Đó chỉ là những lời tâm sự. Thầy viết như đang tâm sự với các đoàn sinh đang ngồi trước mặt và thầy viết như đang tâm sự với chính mình.

Thầy nhắc lại những Phật chất mà mỗi chúng ta được trao từ khi phát nguyện vào đoàn và thầy mong chúng ta cố gắng vượt qua mọi dị biệt bất đồng để chuyển hóa các nội dung Phật chất sẵn có trong con người chúng ta mỗi ngày thêm tinh tấn ngang với tầm thời đại.

Thành thật mà nói. Chúng ta đứng sau quá xa với những gì đang diễn ra trên thế giới. Không ít sinh hoạt của GĐPT trong thiên niên kỷ thứ ba này mà vẫn không thoát ra khỏi những ước lệ, những khuôn khổ của gần một trăm năm trước. Vì thế chưa bao giờ hiện đại hóa GĐPT trở thành một nhu cầu bức thiết hơn hôm nay.

Chúng ta đối diện với nhiều thách thức. Vâng. Đó là một điều không thể phủ nhận. GĐPT đang đứng trước ít nhất hai thử thách, một bên trong nội bộ thiếu vắng tinh thần lục hòa và một bên ngoài vẫn còn đầy chướng ngại cản đường thăng tiến của chúng ta.

Hiện đại hóa là một tiến trình đưa các giá trị truyền thống của GĐPT hội nhập vào dòng sống của nhân loại một cách thích nghi. Hiện đại hóa GĐPT là phương pháp hữu hiệu nhất để cùng lúc vượt qua được cả hai thách thức.

Nhưng giá trị truyền thống của GĐPT là gì?

Thầy Từ Lực nhấn mạnh trong bài "Người Huynh Trưởng: Những Bước Chân Tiên Phong những Tấm Lòng Xây Dựng nhân dịp Trại Vạn Hạnh", đó là *Bi Trí Dũng, vốn là nền tảng tinh thần vững chắc trong hành hoạt của chúng ta.*

Bi Trí Dũng là uyên nguyên, là đôi cánh để sống và bay lên cao chứ không phải là khẩu hiệu khô khan, rỗng tuếch để hô to và rơi vào quên lãng sau mỗi lần họp mặt.

Bi Trí Dũng cũng không phải là ba chất tố tồn tại độc lập, riêng rẽ mà là một hợp chất của tình thương, trí tuệ và vô úy của Đạo Phật. Chúng ta may mắn biết bao nhiêu so với nhiều triệu người khác không được trang bị tinh thần Bi Trí Dũng đó.

Thầy viết trong "Ai Là Tâm Minh của Thế Kỷ 21":

"Chúng ta sắp sửa bước vào thế kỷ 21 với những tiến bộ quá mau của kỹ thuật, khoa học, trong khi đó, giá trị của đạo đức tâm linh lại

theo đà xuống dốc thảm hại."

Thầy nhấn mạnh:

"*Thật là may mắn nếu ở trong một tập thể mà có được hình ảnh những Phật tử biết uyển chuyển để có thể chấp nhận những ý kiến bất đồng. Rồi cũng trong chiều hướng vị tha, phóng xả, cố đem hết sức mình dâng hiến cho tổ chức mà họ sẵn sàng ngồi lại để cùng làm việc với nhau thì đó là những viên ngọc vô giá. "*

"Uyển chuyển" trong ý nghĩa thầy muốn nói là "tinh thần dung hóa" của Đạo Phật. Tinh thần đó chứa đựng trong kinh điển của đức Bổn Sư. Chính nhờ tinh thần dung hóa đó mà Đạo Phật đã vượt qua khỏi vùng Bắc Ấn Độ nghèo nàn, bị bức hại và đầy phân biệt để trở thành biểu tượng của tình thương và hy vọng cho toàn nhân loại ngày nay. Hạt giống Bồ Đề mọc lên ở Siberia băng giá hay Kenya khô cằn đều giữ được những phật chất giống nhau nhờ tinh thần dung hóa của Đạo Phật.

Thầy Từ Lực nói về "dung hóa":

"*lấy tinh thần 'dung hóa tất cả để làm lợi ích tất cả' nghĩa là chấp nhận dị biệt để phục vụ cho sự tồn tại chung. Dung hóa, như thế không phải là sự nhượng bộ trá hình hay mưu tính dàn xếp mà là con đường đúng đắn để cộng tác trong bình đẳng và thành thực. Ta không thể tồn tại trong an lành nếu không nhìn nhận sự có mặt của kẻ khác. Do vậy, chúng ta không tin sự thống nhất về mọi mặt là mục tiêu tối thượng của tổ chức trong khi, trên thực tế và về bản chất, những cái dị biệt chỉ khiến cho một thực thể thêm phong phú và đa dạng.*"

Suốt dòng lịch sử Việt Nam, như Thầy Từ Lực chứng minh, chư liệt tổ đã dùng tinh thần dung hóa để hóa giải mọi bất đồng, dung hợp một cách hài hòa mọi nguồn văn hóa đến Việt Nam. Đạo Phật không tồn tại bằng sự hủy diệt hay thống trị các tôn giáo khác, các tín ngưỡng khác mà bằng dung hợp. Trong khu vườn văn hóa Việt, các tôn giáo đã tồn tại với nhau, nương tựa vào nhau để làm đẹp khu vườn văn hóa Việt đầy sắc màu rực rỡ.

Trong lúc nhiều thế lực nhân danh tôn giáo đi qua để lại những bãi xương khô, những cánh đồng nhuộm máu, Phật Giáo đi qua để lại những cây xanh và trái ngọt nhờ tinh thần dung hóa.

Nhưng trước hết, dung hóa phải được thực hiện không phải đối với tha nhân mà đối với chính mình và anh chị em mình.

Thầy Từ Lực viết:

"Tôi thiết tha nhắc lại hình ảnh của cụ Tâm Minh là để chúng ta, trước hết học hỏi ở một con người lý tưởng, ham phụng sự, sau nữa, chúng ta cần phải nỗ lực hơn nữa trong việc tìm kiếm một hướng đi thích hợp với tuổi trẻ. Chúng ta cần học hạnh khiêm nhường của cụ và học cách nhường nhịn lẫn nhau. Theo tôi, hơn lúc nào hết, bây giờ chúng ta cần có những con người biết hy sinh cho lợi ích chung và có thể dung hòa cho cả hai thế hệ vốn dĩ luôn luôn có sự xung đột, khác biệt. Họ đang ở đâu? làm gì? Nếu có thể đốt nến mà tìm ra được những con người đó thì bạn có chịu đi với tôi để cầu thỉnh, để gần gũi mà học hỏi những đức tính tốt của họ không?"

Chúng ta ra đi mang theo lời phát nguyện khi được khoác chiếc áo đoàn và được gắn huy hiệu Hoa Sen Trắng trên ngực áo. Nhưng chúng ta không đuổi kịp với những đổi thay của thế giới và do đó không tìm ra một hướng đi thích hợp. Lý tưởng với khá đông anh chị không còn là con đường đích thực mà đã trở thành những ước mơ phai dần theo màu tóc, theo làn da, theo tiếng nói lạc dần trong giấc ngủ đêm khuya.

Không. Hãy cố gắng hết sức dù chút hơi tàn vì tương lai của GĐPT. Đừng để cành sen trắng héo úa đi. Đừng để các giá trị cao đẹp quý giá của GĐPT trở thành những cố tật. Dòng sông không chảy không còn là dòng sông nữa mà chỉ còn là những ao tù nước đọng. Chảy đi và cùng chảy với nhau như nhân duyên hiếm quý trong cuộc đời này.

Cám ơn Thượng Tọa Thích Từ Lực và xin trang trọng giới thiệu tác phẩm Phổ Hương Tình Thầy.

Thị Nghĩa Trần Trung Đạo

Thị trấn Kanab, Utah, chiều 11 tháng 2, 2020

40 NĂM Ở MỸ:
XÂY DỰNG ĐẠO TRÀNG,
NỐI KẾT TÌNH THÂN

Đây là chương cuối cuốn sách tôi dự định cho ra đời như một lời ngỏ chân thành cảm ơn đến với mọi nhân duyên, mọi tình thân mà tôi may mắn nhận được suốt bốn mươi năm ở xứ Mỹ. Tình sâu nghĩa nặng canh cánh trong lòng bấy lâu nhưng cho dù có nói khéo, có viết hay cũng không thể bày tỏ trọn vẹn, nói hết những điều mình muốn nói. Những lời rào đón dông dài nào có nghĩa gì chi bằng hãy thành thật với lòng và xin mời người cùng ngồi ôn lại chuyện cũ không khác chi những lời bộc bạch bên nhau.

Tôi Yêu Sách

Bốn mươi năm trước, tôi không ngờ đã khởi đầu một chuyến xa nhà vĩnh viễn đồng thời đánh dấu một biến chuyển quan trọng nhất trong đời. Ra đi mà vắng gia đình hay người thân, tâm trạng tôi rơi vào hoang vắng như bao người cùng cảnh ngộ. Nhớ nhà, nhớ những gì mình buộc lòng phải bỏ lại nhưng giờ biết ngỏ cùng ai. May làm sao, tình cờ tờ giai phẩm Xuân 1976 do nhà văn Thanh Nam chủ biên mà tôi không còn nhớ lọt vào tay trong trường hợp nào đã thổ lộ giùm tôi những điều chất chứa. Lúc đó, tâm trạng của đa số người tỵ nạn Việt Nam ở xứ Mỹ đều buồn bã, bơ vơ, nhớ nhà, nhớ tất cả những gì mà mình bỏ lại sau lưng. Không chỉ riêng tôi, ai cũng nghĩ chẳng còn có ngày về. Ngoài ra lòng còn nặng trĩu những lo âu cho cuộc sống trước mặt. Nhưng, lúc đó, ngồi một mình bên thềm vắng với tờ báo trong tay, từng lời văn, câu thơ lần lượt dẫn dắt tôi vào thế giới của quá khứ và kỷ niệm. Tôi đã thổn thức với những hàng chữ vì chúng đã san sẻ cho tôi một cách kỳ diệu biết bao cảm xúc và luyến nhớ. Tôi như thấy mình bớt trơ trọi, bớt cô đơn vì đã tìm được cách "tâm sự với chính mình" hay hơn nữa, nếu cầm bút viết ra những điều thôi thúc mình giãi bày. Như sau này, tôi chợt hiểu ra ý nghĩa nằm trong một câu thơ của người thủ lãnh thơ tự-do, Thanh-Tâm Tuyền, "tôi gọi tên tôi cho đỡ nhớ", một cách độc thoại nội tâm về phương diện tâm lý theo giải thích của Carl Jung.* Như thế, nếu bảo rằng văn chương đã giúp làm sống lại tình cảm với Gia đình, Bạn hữu hay những tình cảm thiêng liêng khác thì quả không sai chút nào.

Thật thế, từ nhỏ, tôi đã thích đọc truyện Tàu. Đọc hết những bộ truyện trong nhà chú thím Hỷ trong xóm, một nơi vừa là quán hàng, vừa là "thư viện" của tôi. Tôi đọc, có lúc quên ăn, bỏ bữa, trời tối lúc nào cũng không hay. Những bộ truyện như Phong Thần, với những phép thần thông, hô phong hoán vũ, hay những câu

---

Tôi buồn khóc như buồn nôn
ngoài phố
nắng thủy tinh
tôi gọi tên tôi cho đỡ nhớ
thanh tâm tuyền
buổi chiều sao vỡ vào chuông giáo đường
tôi xin một chỗ quỳ thầm kín
cho đứa nhỏ linh hồn...
(Phục sinh - Tôi Không Còn Cô Độc - 1956)

chuyện tình giữa Địch Thanh và Thoại Ba công chúa, Dương Tôn Bảo với Mộc Quế Anh… cũng làm cho đầu óc non nớt của tôi có cơ hội lớn theo, khả năng tưởng tượng thêm phong phú. Lớn thêm, tôi đọc Tam quốc, Hán Sở tranh hùng… Đông châu liệt quốc như đi lạc vào thế giới của binh pháp, đồ trận, rồi sau này, đầu óc có dịp giang hồ khắp chốn với những bộ võ hiệp của Kim Dung.

Sang bên này, khoảng vài năm sau khi đến, nhà sách Xuân Thu đã khởi sự in lại rất nhiều sách Việt ngữ, và tôi mặc sức đọc. Có đồng nào đều dành trọn cho sách. Mê đọc nên phải "nhớ nguồn". Ai cho tiền, khi mua sách hay kinh sách Phật, tôi đều ghi lại phương danh người tặng trên trang đầu như một lời biết ơn. Điều may khác là ở UC Berkeley, có thư viện Đông Nam Á châu (Southeast Asia) tàng trữ tới mấy ngàn cuốn sách tiếng Việt. Tôi cậy cục làm thẻ thư viện (guest student), với lệ phí $10 một năm là tôi có thể tha hồ mượn sách. Trung bình, cứ 10 cuốn mỗi tuần nằm yên trong ba lô đeo lưng, tôi đi đi về về suốt mấy năm như vậy. Thỏa thuê cho một đời người tỵ nạn, và nhờ đó, mà tôi bớt nhớ nhà!

Bước qua giai đoạn khác, khi lên đại học, tôi hiểu rằng: sách là kho tàng văn hóa, văn minh của nhân loại. Biết bao nhiêu điều hay, lẽ phải ở trong sách. Đó là lúc, tôi tìm đọc về lịch sử, đạo học hay về phương diện giáo dục, xã hội… Lại mê văn "lính" của Phan Nhật Nam, truyện viết về tuổi trẻ của Duyên Anh, cảm phục cách làm việc cần mẫn của cụ Nguyễn Hiến Lê, óc phân tích chi li sắc sảo nơi bác Võ Phiến, hay bút pháp minh bạch, khúc chiết của anh Nguyễn Hưng Quốc. Còn nhiều cây bút tài hoa mình phải học hỏi nhưng từ lâu, tôi đã "thẩm định" có 3 nhà văn chiếm vị trí đặc biệt trong lòng tôi (favorite authors). Ôn Trí Quang thì văn nghiêm trang đúng mực, sách của sư ông Nhất Hạnh nhẹ nhàng, sáng sủa, và cách diễn đạt của Duyên Anh trong những truyện viết về tuổi trẻ là đúng "tim đen" của mình. Không chê vào đâu được!

Duyên may nữa là tôi học môn thư viện học, học cách tàng trữ, xếp đặt, giữ gìn và đưa sách đến tận tay người đọc, nghĩa là không còn có cơ hội nào lớn hơn được gần gũi, tiếp xúc với tác phẩm của hai nền văn hóa Đông Tây kim cổ. Từ những danh tác của văn chương Âu Mỹ cho đến tiểu thuyết tiêu biểu một thời lãng mạn của Tự Lực văn đoàn đều là những món ăn tinh thần quyến rũ.

Ngoài ra, không hẳn do trí tò mò thúc đẩy, có một loại sách mà tôi ham tìm đọc là những cuốn sách viết về cuộc sống tu hành do chính tay người tu sĩ viết.

Đọc và để thấy hình ảnh mình mờ tỏ trong đó không khác gì soi mặt bằng tấm gương trong.

Đọc để so chiếu và hình dung ra những thử thách và đòi hỏi cần thiết mà cuộc đời của người hành trì phải trải qua nhiều khi trong câm lặng, nhẫn nại.

Cuốn sách, "một thời làm điệu", của ôn Thái Hòa, hay tập truyện "tình người" của Tâm Quán, tức là sư ông Nhất Hạnh đều là những tập đoản văn mà tôi coi như gối đầu giường thuở còn chập chững nơi cửa chùa. Kể cả những cuốn sách xen lẫn tự truyện của các Linh mục bên Công giáo nữa. Hay hồi ký của cụ Huỳnh văn Lang, trong đó có đoạn, cụ nói, "mấy lần muốn đi tu rồi, gần tới, mà lại không được, đúng là ý Chúa". Tôi rất mực cảm thông và quý mến tấm lòng trung thực của cụ.

Tôi vẫn nghĩ, văn tức là mình, nghĩa là, chính cuốn sách là đứa con tinh thần được hoài thai từ những suy nghĩ cá nhân và kinh nghiệm từng trải. Đến nay, tôi đã in được 7 cuốn sách, trong đó có một cuốn in chung với anh Trần Mạnh Toàn để làm kỷ niệm. Anh là cố vấn văn chương của tôi. Nói ngay, không có anh giúp tôi đọc lại, tôi còn lưỡng lự hoài trước khi quyết định in thành sách! Quyển đầu tiên ra đời vào năm 1991, 100 bài thơ, của nhiều tác giả, một hợp tuyển tôi chỉ thu thập và viết thêm lời ngỏ. Cũng may, nhờ mấy lời khích lệ của bác Võ Đình, mà tôi lên tinh thần tiếp tục in thêm. Bác nói, "lời ngỏ của Thầy còn hay hơn nhiều bài thơ trong đó".

Thực tình, nhiều bài thơ trong tập, tôi muốn in lại chỉ để "cất giùm" cho tác giả thôi, vì nghĩ rằng, bài thơ nào cũng có giá trị riêng vào thời đại ra đời, nếu không để công gom thành tập, sẽ sớm mai một, cũng tội cho công sinh thành ra nó.

Sau đó, đến khi viết thêm được nhiều bài chung quanh việc tổ chức, phương thức hoạt động và hướng đi của Gia Đình Phật Tử, một công cuộc giáo dục giới trẻ mà tôi thường hằng cưu mang như một trọng trách của người hoằng hóa, tôi mới có thêm niềm tin để in tiếp. Quyển ra đời gần nhất, là "Vạn Dặm Rong Chơi, Đường Rộng Mở" (2015) mới đúng là tấm gương phản chiếu tâm trạng của con người bước vào tuổi biết xem nhẹ gánh nặng trên vai bấy lâu với ý thức của một người hành giả chân chính. Và tôi hy vọng quyển kế tiếp "Ngàn Năm Phiêu Bạt, Một Lối Về" ít nhiều sẽ giúp hình dung ra sự tiếp nối nhận thức về sự hiện hữu của con người như cuộc hành trình trở về nguồn cội.

Tôi Quý Bạn

Kinh Phật cũng có lời dạy: "Sanh ta là cha mẹ, tác thành ta là bạn bè", danh từ đẹp nghĩa gọi là thiện hữu tri thức, tức là những người bạn tốt có lòng giúp đỡ, khuyến khích chúng ta trên đường tu thân, hành thiện đến chỗ tốt đẹp, thành tựu.

Nhớ lại vào những ngày đầu ở trại tỵ nạn, tôi có một người bạn thật đáng nhớ; anh tặng tôi hai câu đối lấy từ pháp danh Nguyên Thọ của tôi, nhờ đó, về sau tôi đã chọn được con đường tu tập cho mình suốt 40 năm nay:

Nguyên chơn thường trú vô sanh diệt
Thọ lý tùy duyên kiến Phật đà.

Đúng như vậy, bản thể của cuộc sống là không sanh diệt, biến đổi gì cả, chỉ do nhân duyên mà biến hiện thôi, khi có khi không. Còn chúng ta vì bị nghiệp lực chi phối, cứ chạy theo trần cảnh nên bị sanh tử trói buộc hết kiếp này qua kiếp khác. Do đó, nếu mình có thể sống tùy duyên thì chúng ta có được nội tâm an lành, vững chãi cho đời sống tâm linh của mình. Tôi rất biết ơn anh, sau này, anh cũng trở thành một tăng sĩ có năng khiếu thẩm mỹ rất cao.

Người bạn thứ hai, cũng gặp trong buổi đầu lưu lạc nơi xứ người. Cô chăm sóc tôi với lòng chân thành, làm mình cảm động. Có thể cùng hoàn cảnh, tâm trạng nên chúng tôi có sự cảm thông thật sâu sắc. Chuyện không có gì đáng kể nhưng phát xuất từ lòng thành, việc tuy nhỏ đã để lại một ấn tượng khó quên trong lòng mình! Vừa mới đến Mỹ, tôi chưa quen uống sữa tươi vị hơi lạt. Biết vậy, nên sau một ngày làm việc tình nguyện tại Red Cross, cô mang về cho tôi mấy gói đường cát, nhờ đó mà ly sữa được đậm đà hương vị. Ít ra những ngày đầu ở trại tỵ nạn, tôi có cảm giác được an ủi mỗi khi làm quen với vị sữa ngọt ngào.

Tôi là người đa cảm nên dễ xúc động trước những thân tình. Có lần trên đường hành hoạt, tôi ghé thăm nhà một anh Huynh trưởng Gia Đình Phật Tử, chị vợ lại là người Công giáo. Tôi nghỉ lại đây qua đêm. Chị đích thân giúp tôi sắp xếp chỗ nằm. Chu đáo và tỉ mỉ nữa là đặt sẵn trên bàn viết mấy con tem gởi thư mà chị nghĩ là cần cho người đi xa. Đây có lẽ là lần hiếm hoi trong đời tôi được nhận sự ân cần như thế. Cũng như khi tôi thấy có một chị xin cúng tuần thất cho Mẹ, mà trên ban thờ, còn có cây tăm xỉa răng và cục kẹo gừng dành riêng cho Mẹ như khi Cụ Bà còn sinh tiền.

Lúc ở trường học, tôi có được nhiều bạn tốt, giúp đỡ tôi trên đường đời. Còn nhớ mãi là người bạn trong lớp ESL của thuở nào. Bà là người Ba Tư có con rể là người Anh, đã giới thiệu cho tôi một chỗ làm trong 2 ngày cuối tuần. Món tiền đầu tiên kiếm được trên đất Mỹ chính là nhờ việc làm này. Tôi nhớ ơn Bà vì có tin cậy Bà mới giới thiệu tôi giúp việc trong gia đình người con. Chắc lúc đó, tôi hiền lắm, ai thấy cũng thương! Như thế, tình bạn làm phong phú thêm đời sống tình cảm, tinh thần. Riêng với kẻ xa nhà như tôi, tình cảm ấy bù lại cho tôi những thứ mà vì xa cách tôi không nhận được từ mái nhà ấm cúng nơi Lương Văn biển biệt.

Bạn Mỹ cũng không thiếu người còn lưu lại trong tôi cảm tình sâu đậm. Tên cô là Tracy. Mỗi lần gặp nhau, chúng tôi chào bằng cách gọi tên nhau 3 lần: Tracy, Tracy, Tracy rất thân thiết. Cùng học chung trong lớp Mỹ thuật, nhưng khi ra trường, tôi chuyển qua Hayward, và học ngành Speech Communications, còn Tracy tiếp tục học, lấy bằng MFA, tức là Master of Fine Arts. Sau này, cô chuyển về ngành Arts Conservation, làm việc ở Paris và Madrid xứ Tây Ban Nha. Cô có gởi cho tôi mấy cái postcards làm kỷ niệm.

Nhưng, không thể quên là khi Tracy lập gia đình, có con đầu lòng, tôi đến nhà ăn cơm tối với Ken, chồng cô, thì cả hai ngỏ ý nhờ tôi làm cha đỡ đầu cho đứa bé. Tôi rất vui và cám ơn, nhưng buộc phải từ chối vì luật Phật không cho phép người xuất gia làm việc đó. Hai vợ chồng tỏ ra thông cảm, chúng tôi còn giữ liên lạc cả chục năm sau.

Bạn ạ, người xưa rất coi trọng việc kết giao, cũng như việc lập thân, lập chí. Thật là may mắn, tôi đọc được lời khuyên hữu ích về mối tương giao giữa bạn bè của một bậc tiền bối, Tăng Quốc Phiên. Xin được chia sẻ với mọi người. Phần mình, chỉ mong, tôi không làm cho người bạn thất vọng về điều họ trông đợi nơi mình cũng như người mà tôi mong đợi kết giao là người tôi học hỏi được đôi điều hữu ích.

Tám loại người nên kết giao (Bát Giao)

1. Kết bạn với người đức hạnh

Người đức hạnh có tâm ôn hòa, thân thiện đối với người, rất ít khi mất lòng ai. Kết giao với họ cảnh giới nhân sinh của bạn nhất định sẽ thăng lên.

2. Kết bạn với người hơn mình

Người thắng mình, chính là giỏi hơn mình về một số phương diện. Học tập ưu điểm của họ, tỷ thí với họ, nâng cao bản thân mình, kết giao được với người như vậy, thì quả là vô cùng hữu ích.

3. Kết bạn với người lý thú

Một người lý thú, cuộc sống sẽ luôn muôn màu muôn vẻ, tích cực hướng về phía trước, kết giao với họ sẽ giúp hiểu biết và kinh nghiệm sống của chúng ta thêm phong phú, khiến cuộc sống của ta sẽ vui vẻ thú vị hơn.

4. Kết bạn với người nói thẳng

Người trực ngôn không e dè, thường rất thiết thực, mỗi khi hoạn nạn họ sẽ bên cạnh ra tay giúp đỡ bạn, chính họ sẽ là người kéo bạn lại nếu bạn đi sai đường, có người bạn như vậy thì quả thực là may mắn.

5. Kết bạn với người chí hướng rộng lớn

Tam quân có thể đoạt soái, thất phu thì không thể thay đổi chí hướng. Một người không chí hướng, không có định hướng cho cuộc đời mình thì chắc chắn sẽ là một đời tầm thường. Kết bạn với người có chí hướng rộng lớn, có thể làm cho chúng ta định ra phương hướng của mình và nỗ lực thực hiện nó.

6. Kết giao với người hay giúp đỡ người khác

Một người hay ra tay giúp đỡ khi người khác gặp khốn khó, là rất đáng trân quý, là những người đáng để ta kết bạn nhất.

7. Kết bạn với người biết thông cảm lượng thứ

Người có thể lý giải, thông cảm với người khác, săn sóc, quan tâm người khác, chính là người bạn tốt. Giao tiếp với họ, sẽ ít có hiểu lầm, tranh cãi, tranh đấu, cũng không cần giải thích nhiều, rất nhiều điều có thể tâm đầu ý hợp, ở bên họ ta sẽ luôn cảm thấy thoải mái dễ chịu.

8. Kết giao với người nhận phần thiệt về mình

Phàm là người mà chuyện gì cũng tình nguyện nhận phần thiệt về phía mình, hy sinh lợi ích của mình, chính là quân tử. Người biết chịu thiệt, tất nhiên sẽ hiểu biết sâu sắc về cuộc sống, lợi lộc sẽ không lay chuyển được họ. Làm bạn với người này, bạn sẽ học được rất nhiều đạo lý đối nhân xử thế.

Tôi Giữ Nguyện

Ở Mỹ được 40 năm thì tôi đã phát tâm xuất gia hết 38 năm, nên có thể nói, mọi diễn tiến trong cuộc đời tôi đều liên quan đến quyết định quan trọng này. Nếu có điều nào trái với tâm nguyện sâu xa trên thì tôi đều dành thì giờ suy nghĩ cặn kẽ thấu đáo. Tính tôi chuộng yên tĩnh là không khí thuận tiện cho việc đắm mình trong suy tư, lại dễ mủi lòng trước những cảnh ngộ không may nên sẵn sàng tiếp tay giúp người gặp hoạn nạn, theo đúng quan niệm "mọi người là bạn bè, anh em một nhà".

Ngoài ra, nghĩ lại trong thời gian qua, đặc biệt những năm học đại học, tình cảm gửi trao hay nhận được nơi bạn hữu thật tròn đầy nhưng không thể tránh được điều làm phật ý người, tới nay tôi không thể không ân hận và cam lòng chịu lỗi.

Thật ra, những xao xuyến thường tình của trái tim tuổi thanh xuân không dễ gì tức thời dập tắt. Ngay cả khi duy trì được hạnh nguyện trong một thời gian dài, những tình cảm luyến ái vẫn còn là thử thách đáng kể, những dằng co, day dứt mạnh mẽ trong lòng người xuất gia trẻ tuổi. Bốn câu dưới đây gần như chứng nghiệm cho nỗ lực tự tin vượt qua

Tuổi bốn mươi tràn đầy sức sống

Đem lòng mình trải rộng muôn phương
Cầu cho Đạo pháp miên trường
Người người bớt khổ, chọn đường xuất gia.

Bất giác nhìn lại chính mình, thì ra tôi đã quyết chí chọn con đường Bồ tát hạnh, và nguyện suốt đời theo chân Phật.

Ít nhất có 3 thời điểm khi tôi thực tập thiền quán trong những khóa tu dài ngày tại Vạn Phật Thành, Zen Center, và tu viện Tangpulu ở Santa Cruz đã giúp tôi nhìn sâu, hiểu thêm con người mình. Từ đó, tôi thấy con đường tu hành rất đẹp, lối sống của người tu thật thích hợp với tôi. Tôi hiểu chân ý nghĩa của an vui, hạnh phúc. Điều này cũng luôn ở trong niềm tin và mong ước của bao người: sống vui, sống khỏe, sống thảnh thơi.

Những giây phút vắng lặng an tịnh của tâm hồn, tôi thường kiểm điểm lại đời sống của mình. Cũng có lúc, suy nghĩ của tôi miên man đi ngược dòng thời gian về với quá khứ. Nếu tôi không đi tu, thì nay cuộc đời tôi sẽ trôi nổi về phương nao? Có nhiều phước báo như thái tử Tất Đạt Đa, dù không xuất gia, ngài có thể làm chuyển luân thánh vương khi chọn đường đời, còn tôi, mình có làm nên tích sự gì không, hay chỉ đem lại phiền hà cho mọi người chung quanh thôi. Tôi thường tự nhủ với mình như vậy. May mà mình gặp được thầy, được bạn để chọn đường tu.

Bình thường tôi là người sống điều độ, có kỷ luật, nên cuộc sống cứ trôi qua theo những dự tính trước mắt. Học mười năm đại học xong, thọ Cụ túc giới, tôi tính đến chuyện làm việc lợi ích cho Đạo, cho Đời. Cứ vậy mà cuộc đời của người hoằng hóa với những dự tính kế hoạch hoạt động với giới trẻ đã chiếm trọn thời gian, thường xuyên đem lại niềm vui phấn khởi cho mình. Khi thành lập đạo tràng, tôi cũng noi theo đường hoằng pháp lợi sanh của chư Tổ, mà có công phu bái sám, có chương trình hàng tuần hay định kỳ rõ ràng cho Phật tử nương theo. Ngoài việc góp công thành lập được ba nơi thờ Phật tương đối khang trang, quy tụ được ba đơn vị Gia đình Phật tử ở Hayward, tôi còn có thêm chút trách nhiệm với hai đạo tràng ở Washington, DC và Las Vegas nữa. Bấy nhiêu công khó tưởng cũng được đền bù bằng việc đem lại chút ít lợi lạc cho địa phương.

Tuy vậy, phải thú thật với lòng rằng cũng có khi thấm mệt trước những biến đổi khôn lường của đời sống và cả trong lòng người. Nhất là trong việc lập chúng xuất gia, mà trong một khóa tu ở tu viện Lộc Uyển, tôi đã được Sư ông Làng Mai chỉ dạy: Khó, khó lắm! Nhưng con đã "lỡ dại" rồi cũng phải tiến tới mà thôi, bạch Sư Ông. Trong câu chuyện vui nơi trai phòng, chúng tôi còn nhớ mãi lời dạy của một bậc trưởng thượng với những Thầy, hay Sư cô vừa thọ giới:

- Thọ giới rồi mà ra lập Chùa là mất đi nửa cuộc đời. Lập chùa xong mà còn nhận đệ tử nữa là mất đi 2/3 của nửa cuộc đời còn lại.

Nếu đồng ý với suy nghĩ trên thì nhờ Bạn hãy làm giùm bài toán, coi cuộc đời của người xuất gia còn được bao nhiêu dành cho an lạc? Lập chùa, xây dựng đạo tràng là phải đối diện với rất nhiều trở ngại, đòi hỏi nghị lực và toan tính chẳng khác việc chấp nhận làm dâu trăm họ! Nếu thêm việc lập chúng là nhận đệ tử xuất gia thì phải mang thêm trách nhiệm "giáo bất nghiêm, sư chi đọa". Nặng lời, khó khăn thì đệ tử giận mà bỏ đi, còn dễ dãi quá thì e rằng, chỉ mất thời gian của nhau mà thầy trò không có lợi ích gì. Câu kết luận, tôi thường nêu ra: tương lai ngó bộ còn mờ mịt quá nếu quý vị không chịu khó tu học, thực tập chánh niệm trong đời sống hàng ngày.

Những lúc xuống tinh thần nhất là khi bệnh hoạn, thấy mình rất cô đơn, rồi thân ảnh hưởng đến tâm. Lúc đó, mình mới biết tu không phải dễ! Vì sao mà quý Ngài thường dạy, chuyện tu hành như bông xoài, trứng cá, trổ rất nhiều nhưng thành trái, ra quả thì không được bao nhiêu. Biết vậy, tôi đã áp dụng vài biện pháp để phòng thân: không gặp nữ giới khi bệnh hoạn, giữ vững đường tu để báo hiếu cha mẹ và, tự dặn mình, vui thú của cuộc đời thật giả tạm, mong manh. Chạy theo nhu cầu nhất thời của cuộc đời là tiếp tục buông trôi trong vòng sanh tử.

Cũng may, suốt 40 năm có vài "tai nạn" xảy ra mà không đem lại hậu quả nghiêm trọng. Cuộc đời xem ra không đơn giản chút nào!

Còn niềm vui thì không thiếu, hơn nữa, rất nhiều, nên tôi mới "sống sót" đến hôm nay. Có một buổi chiều, tôi ngồi trong căn phòng riêng, nghe bản tân cổ giao duyên nói về tình tự quê hương, thấy nhớ nhà quá. Nào là cha mẹ, anh em, bà con ruột thịt đang ở Việt Nam, còn mình một thân nơi xứ người. Cảm thấy tủi thân, rưng rưng, nhưng rồi tôi nhận rõ: không chia cách bây giờ thì sau này cũng sẽ mỗi người một ngả khi vô thường, già bệnh đến. Vừa lúc, đọc xong quyển sách Bát nhã Tâm kinh giảng giải của Ôn Già Lam vào buổi chiều hôm đó, qua một đêm ngồi thiền tôi làm bài thơ dưới đây đánh dấu tám năm tu tập ở San Francisco:

Đêm khuya, canh vắng giở từng trang
Bát nhã Tâm kinh nghĩa rõ ràng
Rằng lẽ thật, không: không thật tướng
Giựt mình tỉnh giấc: giấc kê vàng.

Gần đây, khi tụng kinh Hoa Nghiêm ở Trung tâm Phổ Trí, Vacaville, tôi có dịp chiêm nghiệm sâu hơn về ý nghĩa cuộc sống và công hạnh của người tu qua con đường Bồ tát đạo. Quả thật, thế giới vô cùng vô tận, mà cuộc sống của mình lại quá nhỏ nhoi, ngắn ngủi. Phật dạy, hãy phát tâm thương người, làm lợi ích cho mọi loài mới là tạo cho mình một hướng tiến tâm linh tốt đẹp.

Bốn mươi năm qua, nhìn lại, thấy thời gian trôi qua thật nhanh! Mới đó, mà nay mình đã trên sáu mươi tuổi. Tre sắp tàn rồi. Cũng may, những em Oanh vũ ngày nào, bây giờ đã học xong đại học, lập gia đình, bỗng hai đứa con về Chùa lễ Phật, thăm Thầy, như vậy măng cũng đã mọc lên tươi tốt. Để tạm kết luận cho một đoạn đường huyết mạch khởi đầu từ vận nước truân chuyên, tôi xin chép lại đây lời dạy của Phật trong kinh Hoa Nghiêm: "Vị Bồ tát thấy chúng sanh khổ, cho nên dù mình đã thoát khổ, vẫn phát đại nguyện đi vào biển khổ để độ tận chúng sanh. Nhưng dù vị Bồ tát sống hết lòng với lý tưởng phụng sự của mình mà cũng không thấy có chúng sanh nào được độ cả, tất cả chỉ do nhân duyên mà biến hiện thôi".

Phóng khoáng thay và cao vời thay cái nhìn rộng mở với tâm Đại Bi của nhà Phật! Chẳng phải bi quan mà là điều được người người thực chứng.

TỔ CHỨC GIA ĐÌNH PHẬT TỬ

... là tổ chức giáo dục tuổi trẻ được khai sinh ở Việt Nam trên 60 năm và hiện tại vẫn tiếp tục phát triển hoạt động tại nhiều địa bàn, cùng theo bước chân người Việt trên khắp thế giới. Trong một đại hội Huynh trưởng, tâm tư tôi rung động biết bao khi thấy 60 lá cờ đại diện cho 60 đơn vị sinh hoạt ở Hoa Kỳ tung bay trước gió. Lòng thật vui mừng để thấy đoàn thể này lớn mạnh và góp phần giáo dục tuổi trẻ ở xứ người. Đến với nhau trong tình Lam, chúng tôi gọi nhau là anh chị em trong ngôi nhà của Phật, cùng nuôi dưỡng tình thương yêu và tạo dựng thêm tình đoàn kết.

AI LÀ TÂM MINH CỦA THẾ KỶ 21

Giữa khung cảnh an tĩnh của lúc đầu Xuân, kẻ hậu học xin cúi đầu tưởng niệm bậc tiền bối hữu công: cụ Tâm Minh Lê Đình Thám. Chắc bạn rõ, không phải là sự ngẫu nhiên mà tôi ngồi đây, trong căn chái nhỏ, để viết về con người và sự đóng góp của cụ đối với Phật giáo nói chung và đối với tổ chức Gia đình Phật tử nói riêng. Thật là một con người đầy đạo tâm và sức sống. Lắm lúc, vì hơi ốm yếu, tôi đã mong ước mình có được phần nào tâm chí vững mạnh và đầy lý tưởng của cụ.

Một câu chuyện xưa: Tôi xin phép được bắt đầu với bạn bằng một câu chuyện xưa. Lúc tôi mới vào chùa, làm điệu, có tham dự những buổi học tập kinh điển và giới luật hàng tuần. Có khi vào buổi tối, sau giờ đi học ở trường, mà cũng có khi vào ngày cuối tuần. Tôi còn nhớ, hôm đó, thầy Tịnh Từ, hiện nay là Viện trưởng tu viện Kim Sơn, dạy chúng tôi về bản văn "Đại thừa Kim Cang Kinh luận" do hòa thượng Viên Giác của tòng lâm Giác Hải ở Vạn Giã, Nha Trang dịch giải. Thầy thường tìm cách lồng vào bài học là các câu chuyện ở chùa để gián tiếp dạy bảo anh em chúng tôi.

Thầy kể lại rằng, cụ Tâm Minh lúc đó rất lưu tâm đến việc đào tạo Tăng tài để gánh vác công việc Phật sự mai sau. Và vì nhờ am hiểu cả hai nền tân học và cựu học, tức là Hán văn và Tây học cho nên cụ được quý Ôn mời dạy cho quý Thầy tại Phật học đường Báo Quốc. Chúng ta đừng quên, cụ vừa là một Phật tử thuần thành gần gũi với giới bình dân và cũng là một bác sĩ y khoa của hàng trí thức khoa bảng. Bản chất của cụ là một con người thông minh, ham học nhưng đồng thời cũng rất khiêm nhượng, tôn kính chư Tăng. Do đó, mà trước khi bước lên bục hay ngồi vào bàn để giảng dạy, cụ đều đảnh lễ chư Tăng, mà lúc đó là học trò của cụ trên nguyên tắc, và chắc chắn có thầy tuổi còn kém hơn cụ rất nhiều.

Đã gần hai mươi năm trôi qua, vậy mà tôi vẫn chưa quên sự xúc động của tôi lúc đó. Hẳn nhiên, tôi đã biết gì đến hạnh khiêm cung của bồ tát Thường Bất Khinh trong kinh Pháp Hoa đâu. Tôi chỉ hình dung ra một con người, có đôi mắt sáng, đầy sự cương quyết trong lòng, và đặc biệt hơn hết, có cả trái tim của một vị Bồ Tát sống đúng với Chánh pháp. Tôi nghĩ, chưa kể đến những điều hiểu biết mà cụ trao truyền cho các học tăng, chỉ cần thái độ khiêm cung đó cũng đủ chất liệu cho một bài học vô giá rồi. Trong chúng ta, ai cũng có một bản ngã rất lớn lao mà qua bao đời kiếp ta đã tìm đủ mọi cách để củng cố, để tô bồi thêm. Khó khăn hơn nữa là khi có quyền hạn trong tay, ở vào một địa vị cao hơn người khác một chút, là ta đã để cho cái "bản ngã vị kỷ" đó tự tung tự tác, không kể gì đến sự tương kính, nhường nhịn. Khó thay cho chúng ta mà cũng đáng phục thay thái độ sống của một người cư sĩ Phật tử biết trọng Phật, kỉnh Tăng với hiểu biết của trí óc và chân thành của con tim.

Con người lý tưởng: Năm tháng trôi qua, xúc động của hôm đó và hình ảnh cụ Tâm Minh tiếp tục ở lại trong lòng, sáng bước với cuộc đời tu hành của tôi. Tôi thường quan niệm, con đường Phật giáo là con đường hài hòa giữa mình với ta. Phật đã chế định giới luật và chỉ bày cách sống cho cả hai giới tại gia và xuất gia. Trên hết, trên con đường phụng sự lý tưởng giác ngộ, Tăng Ni và tín đồ cần có sự tương kính, hỗ trợ lẫn nhau, làm đẹp cho nhau. Do đó, tôi thường tìm cơ hội để gần gũi, tìm hiểu, học hỏi ở những vị cư sĩ đạo tâm, chuộng đời sống bình dị để có thể tích cực tu tập Chánh pháp. Nhân duyên đưa đẩy, tôi lại chọn con đường sinh hoạt với tuổi trẻ, mà trong đó có hình ảnh của Gia đình Phật tử, của chiếc áo lam thân yêu đã nuôi dưỡng tâm hồn tôi từ lúc còn bé.

Lại thêm một lần không ngờ, đầy thích thú, khi tôi phát giác ra cụ Tâm Minh cũng là một trong những người đầu đàn thành lập và nuôi dưỡng tổ chức Gia đình Phật tử Việt Nam. Thì ra, cụ không chỉ là một người gần gũi với chư Tăng mà cũng là một con người đầy lý tưởng, muốn tạo một sức sống cho những người trẻ tuổi biết đạo đức, biết tôn quý những giá trị tinh thần. Chúng ta hãy đọc lại mục đích của tổ chức áo Lam: "Đào tạo những thanh thiếu niên trở thành những công dân tốt của xã hội, sống theo tinh thần Phật pháp". Thật là một việc làm rất ý nghĩa và đem lại lợi ích lớn lao cho gia đình và xã hội. Dĩ nhiên, chính cá nhân của các huynh trưởng và đoàn sinh Gia đình Phật tử đã được thánh hóa, chuyển hóa khi theo đúng đường lối này.

Càng tìm hiểu thêm về con người của cụ, chúng ta càng kính phục sự hoạt động bền bỉ, đầy hăng say của cụ. Một trong những nhân chứng sống mà tôi được tận tai nghe là hòa thượng Mãn Giác. Với giọng bình dân của người miền Trung, hòa thượng kể cho một số anh em tăng sinh trẻ tuổi nghe về cụ Tâm Minh và các hoạt động của Gia đình Phật tử lúc đó. Thầy nói: "Cụ Tâm Minh hăng hái lắm. Ra khỏi phòng mạch là đi thẳng về chùa, rồi hội họp với lớp trẻ lúc đó, như Võ Đình Cường, chị Hoàng Thị Kim Cúc, có cả thầy Minh Châu nữa, lúc đó chưa xuất gia. Bộ tướng thì nhỏ người mà răng làm việc quá sức hăng say. Các thầy, ai cũng thương cụ". Đã hơn 50 năm trôi qua, cho đến hôm nay hình ảnh con người đầy nhiệt huyết của cụ vẫn có thể làm mẫu mực cho chúng ta.

Nuôi dưỡng tuổi trẻ: Có một câu hỏi hơi thừa nhưng chắc chắn là không vô ích mà chúng ta có thể đặt ra ở đây: tại sao cụ Tâm Minh và những người tiên phong lúc đó lại đặt nặng vấn đề nuôi dưỡng và giáo dục tuổi trẻ? Có người hy hiến cả đời mình cho tuổi trẻ không biết nhọc mệt, không than van gì cả. Trải qua 20 năm sống ở xã hội Tây Phương, chắc chắn đa số chúng ta đã thấy tuổi trẻ ở quốc gia nào mà bị băng hoại thì sẽ kéo theo một sự đổ vỡ lớn lao và lâu dài trong các sinh hoạt tại quốc gia đó. Đối với cộng đồng Việt Nam chúng ta cũng vậy, có nuôi dưỡng thanh thiếu niên giữ được những nét truyền thống văn hóa thì chúng ta mới có hy vọng ở một tương lai tốt đẹp hơn. Hơn nữa, giáo lý nhà Phật lại có nền tảng hợp với sức sống của tuổi trẻ và tinh thần khoa học hiện đại thì chúng ta lại có nhiều triển vọng hơn và, dĩ nhiên, rất an tâm, đầy tin tưởng khi chọn con đường giáo dục tuổi trẻ. Vả lại, con đường mà Gia đình Phật tử Việt nam đã trải qua suốt nửa thế kỷ nay đã để lại nhiều chứng tích tốt đẹp và chứng nghiệm hùng hồn không ai chối cãi được.

Nhìn lại đội thiếu niên hay một chúng thiếu nữ quây quần bên nhau trong một lớp Việt ngữ, hay trong một khóa Phật pháp, chúng ta có cảm tưởng gì? Có hy vọng không? Rằng mai đây, các em lớn lên sẽ có thể đóng góp gì cho xã hội các em đang sống? Phải nói là chúng ta tràn trề hy vọng chứ. Tương quan nhân quả cho phép chúng ta nhận định như vậy. Bây giờ, các em đến với những sinh hoạt đạo đức tâm linh và học hỏi được những điều hay lẽ phải thì mai đây các em sẽ đem ra áp dụng trong đời sống và có thể làm đẹp cuộc đời, làm tốt cho con người. Vì vậy, bao nhiêu công trình mà người trước, và ngay cả bây giờ, quý anh, chị huynh trưởng các cấp đang đầu tư vào công cuộc nuôi dưỡng và giáo dục tuổi trẻ sẽ không vô ích chút nào; trái lại, hướng dẫn được tuổi trẻ theo con đường chơn chánh thì chúng ta vẫn còn có nhiều triển vọng cho một tương lai tốt đẹp hơn.

Hoài niệm người xưa mong mỏi cho hôm nay: Cả hai, bạn à. Chúng ta sắp sửa bước vào thế kỷ 21 với những tiến bộ quá mau của kỹ thuật, khoa học, trong khi đó, giá trị của đạo đức tâm linh lại theo đà xuống dốc thảm hại. Theo luật chung của cuộc đời thì phải vậy, hơi có nhiều tiền một chút thì mình lại ham chơi, quên ngồi thiền, xao lãng việc tìm hiểu về đời sống tâm linh. Nhưng ai kia thì có thể như vậy, chứ chẳng lẽ mình lại nhắm mắt, bỏ đàn em đang trông chờ sự thương yêu dẫn dắt của chúng ta!

Tôi thiết tha nhắc lại hình ảnh của cụ Tâm Minh là để chúng ta, trước hết học hỏi ở một con người lý tưởng, ham phụng sự, sau nữa, chúng ta cần phải nỗ lực hơn nữa trong việc tìm kiếm một hướng đi thích hợp với tuổi trẻ. Chúng ta cần học hạnh khiêm nhường của cụ và học cách nhường nhịn lẫn nhau. Theo tôi, hơn lúc nào hết, bây giờ chúng ta cần có những con người biết hy sinh cho lợi ích chung và có thể dung hòa cho cả hai thế hệ vốn dĩ luôn luôn có sự xung đột, khác biệt. Họ đang ở đâu? Làm gì? Nếu có thể đốt nến mà tìm ra được những con người đó thì bạn có chịu đi với tôi để cầu thỉnh, để gần gũi mà học hỏi những đức tính tốt của họ không?

Thật là may mắn nếu ở trong một tập thể mà có được hình ảnh những Phật tử biết uyển chuyển để có thể chấp nhận những ý kiến bất đồng. Rồi cũng trong chiều hướng vị tha, phóng xả, cố đem hết sức mình dâng hiến cho tổ chức mà họ sẵn sàng ngồi lại để cùng làm việc với nhau thì đó là những viên ngọc vô giá. Đầu năm, đốt nén tâm hương, tưởng niệm cụ Tâm Minh như là một lời cầu nguyện chân thành: xin anh linh của Cụ soi đường cho đàn hậu tấn, cho màu Lam vững bước tiến trên đường dẫn dắt tuổi trẻ, thương yêu tuổi trẻ.

CHÁNH TÂM 20:
MONG CHỜ MỘT VẬN HỘI

Dễ ít ai quên rằng tháng Tám này, Chánh Tâm vừa tròn tuổi hai mươi. Hai mươi năm cũng là một phần đời người mà chúng ta có thể cùng nhau chia sẻ kỷ niệm trong tình thân thương. Riêng tôi, người có may mắn đứng bên cạnh Chánh Tâm bấy lâu cũng cảm thấy tình cảm thiết thân thêm với tổ chức ngày thêm gắn bó, càng thấy bồi hồi mỗi khi hồi tưởng những kỷ niệm chẳng thể phai mờ.

Hai mươi năm qua, chúng ta đã liên kết trong tinh thần, tình cảm, hành động để cùng tiến tới mục đích phục vụ cho lợi ích chung. Sự liên kết không chỉ là sự hợp tác đơn thuần như ta tưởng. Những lúc tôi dừng lại hậu đường chùa Phổ Từ, nơi đặt bàn thờ linh có chân dung Quảng Tài (Duy), cầu nguyện và đôi lúc nở một nụ cười với người trong tấm hình hiện đang ở một chốn xa xăm nào đó. Tôi cầu nguyện cho Quảng Tài, cho Chánh Tâm, và đôi khi cho cả tôi nữa. Mối tình cảm trong cùng đoàn thể đã khiến chúng ta không còn nghĩ đến phân biệt sự mất còn. Chúng ta mãi còn có nhau, còn bên nhau như thể chúng ta chẳng hề xa nhau vì chúng ta đã sống, hoạt động bên nhau trong tinh thần liên kết.

Chuyện xảy ra gần 15 năm tôi vẫn nhớ thì bây giờ là chuyện trước mắt mình đây.

Có những lúc từ tăng xá Phổ Từ, tôi dõi mắt về đoàn quán Chánh Tâm, nơi ba cha con Quảng Phát (Minh) sinh hoạt hàng tuần, để nhận thấy nơi người thanh niên này, ý thức trách nhiệm của người huynh trưởng Gia đình Phật tử hòa trộn với những ưu tư của một người cha lưu tâm đến tương lai con cái mình trong tình thương chan hòa.

Hình ảnh ấy lưu lại trong lòng người đẹp biết bao.

Tôi tin rằng những nỗ lực tương tự sẽ giúp các cháu thiếu nhi đoàn sinh không những phát triển về phương diện đạo đức đối với gia đình mà còn dẫn dắt các cháu vào đời với trái tim Thuần Hậu, với tư chất Lương Hảo của con người trọng tình, trọng nghĩa.

Như tôi vừa giãi bày, tuổi hai mươi của đoàn cũng là tuổi của một thế hệ, Quảng Danh (Carina) mà hôm nọ cùng tôi bàn thảo về một kế hoạch truyền thống đại chúng (social media), trong tập album kỷ niệm của tôi, chỉ là hình ảnh một con gấu trúc nhỏ xíu. Ôi dễ thương làm sao tấm hình hai chị em Quảng Danh - Quảng Châu (Klein), ngồi bên nhau trong bộ đồng phục màu lam trông như hai con "gấu nhỏ - Chinese bears" ngồi nhai lá trúc. Vậy mà, giờ đây, hai đoàn sinh kỳ cựu của Chánh Tâm đều tốt nghiệp đại học, kẻ làm việc ở Ohio, người nơi California. Các chị khác thì người đã tay bồng tay mang, người thì thành danh, xây dựng sự nghiệp trong nhiều lãnh vực khác nhau. Riêng người chị lớn Quảng Ý (Linh) hiện là trụ cột của gia đình Chánh Tâm. Sự có mặt trong Chánh Tâm của ngần ấy khuôn mặt trong gia đình đạo hữu Quảng Ái (Huỳnh Xuân Mai) đã cho chúng ta khái niệm rõ rệt và đáng tự hào về con đường giáo dục của tổ chức Gia đình Phật tử.

Chúng ta cũng không quên ghi nhận nhiều gia đình khác nữa có con em "xuất thân" từ Chánh Tâm như gia đình anh chị Nguyên

Viện - Quảng Tường (Thiện), gia đình Quảng Chí - Quảng Tường (Hồng), hay Quảng Trợ - Nghiêm Minh… anh chị Ẩn - Ngọc Bích. Các em đều được gia đình chọn Chánh Tâm làm điểm xuất phát cho con đường từ tuổi ấu thơ và hầu như tất cả đều đạt được ý nguyện ban đầu khi vào đời.

Như thế, nếu không kể như điều đáng tự hào thì chúng ta cũng đã không làm thất vọng những ai đã tin cậy, ủy thác cho chúng ta công việc trông nom, hướng dẫn con em theo hướng đi được chia sẻ. Thành tựu trên còn có ý nghĩa một "tấu khúc" hòa hợp được tinh thần hợp tác và tin tưởng lẫn nhau giữa đoàn thể với gia đình đoàn sinh.

Mừng thay cho Chánh Tâm trước những thành tựu nhưng không khỏi băn khoăn, ưu tư về con đường trước mặt, điều được đặt ra không chỉ với riêng Chánh Tâm mà với bất kỳ tổ chức nào trong tiến trình hoạt động. Năm tháng tới đây, đường nào Chánh Tâm sẽ tiến bước, mục tiêu nào Chánh Tâm sẽ nhắm đến để có thể tiếp tục TRUYỀN THỐNG được vững tin, mục đích GIÁO DỤC có hiệu quả, và LÝ TƯỞNG xây dựng con người toàn diện.

Hôm nay, vào ngày Chu Niên thứ 20 chúng ta trao nhau những lời chúc tụng, đem đến cho nhau những nụ cười và niềm vui. Nhưng sau đó, với con mắt nhìn xa, hẳn không thiếu người sẽ thao thức trong đêm về con đường trước mặt của đoàn thể. Rồi Chánh Tâm sẽ ra sao, về đâu sau đoạn đường hai mươi năm qua? Tôi mong, ai đó, anh hay chị Huynh trưởng sẽ thể hiện, sau những ưu tư, băn khoăn của một người có trách nhiệm, bằng một thái độ tiêu biểu và thích ứng. Anh, chị sẽ nhíu mày, mở lớn đôi mắt, nắm chặt hai tay như cử chỉ biểu lộ QUYẾT TÂM làm việc hăng say với trách nhiệm cao, với khả năng giỏi đưa Chánh Tâm tiến lên một vận hội mới trong 20 năm sắp tới!

Phần tôi có ý định, sẽ đến văn phòng bác sĩ Minh, xin làm một đôi kính mát để dùng khi lái xe đường xa, sau khi nghe lời khuyên của anh Huynh trưởng Tâm N., *"mình lớn tuổi rồi, cần cặp kính khá khá, để nuôi dưỡng đôi mắt, Thầy à!"*. Tôi nghe lời anh khuyên và tin tưởng vào tình bạn và thấy điều đó là đúng đắn. Mình cần nhìn cho RÕ, thấy cho ĐÚNG mà chọn CON ĐƯỜNG TỐT để đi tới trong một tương lai rất gần.

Hai mươi năm trước tôi đã viết câu sau đây trong ngày chu niên thứ nhất của đơn vị Chánh Tâm; hôm nay, tôi cũng xin chép lại đúng như vậy, như là một chút tâm tình trao gởi cho nhau: *Ngày chu niên, trong niềm vui và trong niềm tin tưởng, tôi xin cầu chúc tất cả chúng ta: cùng có hạnh tu, cùng có lòng từ, và mãi mãi cùng nhau tiến bước trên đường vun bồi đạo nghiệp.*

VẤN ĐỀ CẢI TIẾN SINH HOẠT TẠI MIỀN THIỆN MINH

Theo sự trình bày của HTr Quảng Quý trong buổi họp thường niên vừa qua của tổ chức GDPT miền Thiện Minh tại chùa Phổ Từ, việc cải tiến sinh hoạt của các đơn vị trong Miền được đặt ra và cũng là vấn để mà chúng ta hằng lưu tâm vì như chúng ta đều biết việc cải tiến phương thức, điều kiện hoạt động, nội dung và cả phương hướng sinh hoạt là đòi hỏi cần thiết và thường xuyên để đáp ứng nhu cầu phát triển của mọi tổ chức. Những đóng góp ý kiến tương tự như thế là dấu hiệu tốt chứng tỏ NHIỆT TÂM hành động của chúng ta (tâm dẫn đầu mọi pháp) trước sự hưng suy của Tổ chức GĐPT và lợi ích cho thế hệ tương lai.

Với lòng tin tưởng như thế, và qua lời yêu cầu của anh Quảng Quý, tôi xin trình bày vài thiển ý như sau:

- (1) Trước hết, kế hoạch cải tiến sinh hoạt được đưa ra sau khi đã có sự duyệt xét và đánh giá sinh hoạt thường xuyên và hiện thời của mọi đơn vị trong tổ chức. Trong đó, một trong những lãnh vực cần lưu tâm là công việc CHĂM SÓC TINH THẦN và TÂM LÝ cho hàng Huynh trưởng các cấp. Yếu tố Tinh thần và Tâm lý đòi hồi nơi hàng Huynh trưởng là những cán bộ nòng cốt của tổ chức càng trở nên cần thiết nếu ta đều đồng ý rằng NIỀM VUI và TIN TƯỞNG mà chúng ta mong mỏi trong mọi sinh hoạt chỉ đạt được khi những người hữu trách thể hiện sự THÍCH THÚ và TỰ HÀO trong công việc mà họ đảm đương. Đây là thước đo tinh thần và tâm lý của người Huynh trưởng mà sự tài bồi cần được thực hiện thường xuyên trong các khóa tu học, trong những cuộc hội thảo.

Xin đề nghị có thể lấy ngày Họp Mặt và Hội Thảo Huynh Trưởng Miền Thiện Minh sắp tới làm mô hình cho việc khảo sát, tìm hiểu, ước lượng, định giá, thực nghiệm hay thực tập liên quan đến vấn đề tinh thần, tâm lý giới Huynh trưởng và những đề nghị cải tiến.

- (2) Thứ đến, CHƯƠNG TRÌNH SINH HOẠT được ấn định cần rõ rệt, phù hợp với khả năng và điều kiện THỰC TẾ. Thí dụ ấn định mấy khóa tu tập trong năm, những ngày trại họp bạn hay huấn luyện. Phải thực hiện theo đúng kế hoạch hay lịch trình. Không đề ra quá nhiều việc khiến không đủ khả năng, phương tiện hay điều kiện để hoàn tất. Điều này sẽ gây hậu quả bất lợi chung về mặt tâm lý.

Chúng ta thử dồn nỗ lực làm 3 việc trong mấy tháng còn lại của năm 2010 này và làm cho thật tốt, thật đẹp: Ngày Họp mặt Huynh trưởng, buổi Picnic cho hai Vùng, và trại Anoma Ni liên chẳng hạn. Sau mỗi hoạt động hay công tác, chúng ta cần thực hiện việc duyệt xét lại về mọi mặt việc đã làm để rút tỉa kinh nghiệm cho công việc sắp tới. Đây chính là việc thể nghiệm ý thức chánh tinh tấn của tinh thần Bát chánh đạo.

- (3) Sau hết, chúng ta cũng không quên một điểm thuộc vấn đề nhân sự là NHU CẦU HUYNH TRƯỞNG các cấp trong mỗi đơn vị. Xác định tình trạng, thành phần Huynh trưởng hiện hữu, xét định nhu cầu cần đáp ứng là những điều cần phải làm để cho ban Huynh trưởng hữu trách ở mỗi Đơn vị có CƠ HỘI và ĐIỀU KIỆN phát triển năng lực và tiềm năng đóng góp cho Tổ chức.

Tựu trung, theo thiển ý, hai điều quan trọng hơn cả được đề nghị nhân vấn đề cải tiến sinh hoạt miền Thiện Minh được đưa ra là sự cần thiết chiếu cố đến Tinh thần và Tâm lý người Huynh trưởng cũng như cần có Chương trình Sinh hoạt thực tế và hợp lý mang đến niềm vui, tin tưởng cho tuổi trẻ.

Tuổi trẻ là tầng lớp năng động, là thành phần sẵn sàng cống hiến trí tuệ, niềm tin và công sức cho xã hội và lý tưởng. Tôi thành tâm tin tưởng và tự hào tổ chức chúng ta không phụ lòng trông đợi của bao người khi có mặt trong hàng ngũ tuổi trẻ nhiệt thành đó.

TU HỌC
ĐỂ THƯƠNG NHIỀU,
HIỂU RÕ

Tương tự việc để cho ngọn đèn không tắt, ánh sáng vẫn còn nên cần châm dầu, cắt bấc thường xuyên thì việc tu học cũng cần thiết để chúng ta, sau những bôn ba trong cuộc sống, có dịp nhìn lại chính mình, hiểu rõ mình hơn hầu tìm thấy an lạc cho thân và tâm, đây mới thực là chân hạnh phúc trong cuộc sống. Nhưng ý nghĩa, giá trị, hiệu quả của việc tu học bản thân chỉ trọn vẹn nếu đồng thời việc này đem lại lợi ích tương tự cho xã hội, cho tha nhân. Nghĩa là, tinh thần liên đới, phục vụ không thể nằm ngoài mục đích tu học của người Phật tử.

Như thế, nhìn rộng ra, sự tu tập, rèn luyện bản thân còn mang ý nghĩa của một công tác xã hội trong mục đích thăng tiến đời sống tinh thần của tập thể. Mời anh chị thử nhìn việc tu học của chúng ta dưới con mắt của một người Huynh trưởng là thành phần mang ít nhiều trách nhiệm trong tổ chức Gia đình Phật tử. Đến với ngày tu tập, chúng ta trước hết hy vọng tìm thấy niềm an vui trong tâm hồn, lấy lại niềm tin có thể đã khuy khuyết, phục hồi nghị lực đã phôi pha không thể tránh được trong đời sống. Từ đó có thể trao truyền, dưới nhiều hình thức, niềm vui mới đạt được trong ta đến với bạn bè, anh em chung quanh.

Thực ra, đến với ngày tu học, việc gác bỏ được phần nào phiền muộn, âu lo đeo đẳng bên mình dù chỉ nhất thời, là điều thường thấy. Nhưng mục đích xa hơn, rộng hơn vẫn là xây dựng hoặc tái xây dựng được nhận thức đúng đắn, tinh thần thích ứng làm nền tảng cho hành động, không để tri giác, định kiến sai lầm đánh lừa và dẫn dắt.

Lấy kinh nghiệm của riêng mình, xin các anh chị thử thực tập bài kệ sau như là phương tiện giúp chúng ta đạt được sự thanh thản cần thiết trong tâm tư, như việc dọn đường, mở lối cho một ngày tu tập bên nhau

Thở vào, thở ra
Là hoa tươi mát
Là núi vững vàng
Nước tĩnh lặng chiếu
Không gian thênh thang.

Nhìn vào tình trạng chung trong đó ít người trong chúng ta có được hoàn cảnh thuận tiện, do đó việc dành một ngày trọn vẹn cho việc tu học trong một, hai tháng là điều có thể thực hiện được. Thời gian ít nhưng khéo thực tập thì chúng ta cũng có thể đạt được kết quả khả quan. Tôi mạo muội đề nghị một chương trình sinh hoạt và vài phương pháp thực tập dưới đây, mà đối tượng chúng ta đang nhắm tới là tập thể Huynh trưởng và đoàn sinh ngành Thanh, Thiếu.

Chúng ta có một ngày tu học từ 9 giờ sáng cho đến 4 giờ chiều, gồm có:

- 9 giờ sáng: Tụng kinh (song ngữ, trong đó có phần nghi thức của GĐPT). Hướng dẫn tổng quát để mọi người hiểu rõ nội dung sinh hoạt.

- 10 giờ 30 sáng: Pháp thoại bằng tiếng Việt và tiếng Anh. Người tham dự được sắp xếp theo lứa tuổi hay ngôn ngữ quen dùng để có thể dễ dàng theo dõi bài giảng pháp và các bài nói chuyện. Sau đó, cả hai nhóm sẽ hợp lại trong giờ thảo luận. Nội dung các bài giảng hay nói chuyện nên thực tiễn, gần gũi, chú trọng đến sự ứng dụng Phật pháp trong thực tế đời sống.

- 12 giờ: Cơm trưa im lặng. Sau giờ ăn nên dành ít nhất một tiếng đồng hồ để những người tham dự tùy nghi, hoặc chuyện trò, trao đổi, ngoạn cảnh hay giải khát.

- 2 giờ chiều: giờ Pháp đàm là buổi thảo luận và trao đổi kinh nghiệm tu tập. Trong giờ này, có thể dùng cả tiếng Việt và tiếng Anh trong điều kiện cho phép, miễn là người tham dự có thể hiểu, và cảm thông với nhau.

Sau buổi pháp đàm, mỗi người được phát một thẻ, được yêu cầu viết lên đó điều gì (pháp môn) mình muốn thực tập trong tuần lễ sắp tới và nạp thẻ đó cho Ban tổ chức. Sau một tuần, người tham dự ngày tu học sẽ báo cáo cho Ban tổ chức, qua email, kết quả thực tập, mức độ đạt được, như mong ước hay chỉ được 40, 50 phần trăm. Ban tổ chức sẽ đúc kết tiến trình, nội dung và kết quả thực tập của những người tham dự, lưu giữ làm tài liệu tham khảo cho những lần tu học sau.

- 3 giờ 30 chiều: Sinh hoạt chung – Dây thân ái

- 4 giờ chiều: Kết thúc, ra về.

Về phần giảng sư, nên mời những người có kinh nghiệm tu tập kể cả những cư sĩ hay giáo sư người ngoại quốc đang dạy tại các đại học hay tu tập ở các thiền viện, tăng thân. Không nên đặt nặng vào phần lý thuyết nghĩa là quy tụ quá nhiều bài giảng làm người tham dự căng thẳng, mệt trí mà nên lưu tâm tạo sự thoải mái, vui vẻ trong một ngày tu học. Khiến mọi người đều nhận ra rằng khi tạm rời cuộc sống hàng ngày bận rộn ở đô thị, gần gũi với thiên nhiên an tịnh để tu học, họ đã tìm đến an lạc cần thiết.

Kinh nghiệm tu tập cũng giúp tôi suy nghĩ lại những điều xảy ra cho chính mình. Mấy hôm trước, tình cờ, thấy một chị người Mỹ đi trên đường khi tôi đang thiền hành trước sân chùa. Chị cỡ tuổi người em gái thứ năm của tôi. Khi nhìn kỹ, tôi thấy thương chị quá vì chị bước đi khó khăn mà còn kéo theo một bình dưỡng khí với hai sợi dây nối liền với mũi. Nhìn lại chính mình, tôi bỗng thấy may mắn, hạnh phúc vì đôi chân còn đi lại dễ dàng. Mấy tháng trước, tay và chân của tôi đều bị đau, nhờ gặp được thầy được thuốc, cả đông y và tây y, nên sức khỏe dần dần được phục hồi. Còn thở đều, còn thực tập thiền hành được là còn có hạnh phúc, an vui.

Không chủ quan khi ta nghĩ rằng khi tu tập là lúc mình mở đường tìm hiểu thêm con người và cuộc sống của mình. Cái nhìn bao dung về cuộc đời mở rộng thêm khi ta nghĩ đến tha nhân, đến nhân quần và từ đấy tình cảm với đại chúng sẽ thêm nẩy nở. Như thế, ít nhất là sau giờ phút tu học như trên, tình cảm của chúng ta đối với anh chị em cùng màu áo lam, cùng nhìn về một hướng đi phụng sự, thăng tiến cho đời, tình thân ấy sẽ thêm bền chặt.

HUYỀN TRANG 5
NIỀM VUI HỘI NGỘ

Quý Anh Chị Huynh trưởng thân mến,

Đã qua mấy ngày trại rồi, Anh Chị có mệt lắm không? Có mệt cũng ráng lên nghe, mình là GĐPT mà! Trước hết, tôi nhớ về Huyền Trang 4, thấm thoát mà cũng trên dưới 10 năm rồi. Ngồi đây, viết những dòng chữ này để bày tỏ một chút tấm lòng với nhau, tôi thấy tim mình nóng lên, vẫn bồi hồi như dạo nào, khi thấy hàng cờ Tổ chức trong một kỳ Đại Hội Huynh Trưởng tung bay trước gió, ngát một màu xanh của hy vọng, thương yêu.

Tôi vẫn luôn tin tưởng vào tổ chức chúng ta, với chiều dài trải rộng, và một Lý Tưởng tuyệt vời. Để tôi kể quý Anh Chị nghe chuyện này. Dạo trước, khi xem tin tức về trận sóng thần ở Nhật Bản, với hình ảnh một em học sinh, dù đang đói, vẫn can đảm TỪ CHỐI nhận phần cơm trước những người đang đứng trong hàng, làm thế giới ngưỡng mộ đến nền văn hóa của người Nhật. Cũng đúng thôi, một em bé còn nhỏ tuổi mà đã biết tự trọng, biết cách ứng xử rất là đứng đắn, khôn ngoan. Rồi mới đây, trong kỳ World Cup vừa rồi, trên màn ảnh truyền hình chiếu đi chiếu lại nhiều lần, cảnh những fan của đoàn túc cầu Nhật Bản đã đi nhặt rác sau những hàng ghế ở vận động trường, khi trận đấu kết thúc. Điều này cũng làm nhiều người thán phục không ít! Tôi cũng thấy rất tốt vì ít nhất người ta cũng còn biết đến cái Đẹp, cái Tốt của cuộc đời.

Nhưng trong thâm tâm tôi thấy truyền thống của tổ chức GĐPT chúng ta còn hay hơn nhiều (lại có người cười chế nhạo, là "mèo khen mèo dài đuôi" rồi đây). Một vài lần, tôi đã chia sẻ với những người bạn Tây phương, điều đó có nghĩa là tuổi trẻ khi lớn lên đã được giáo dục kỹ càng, với một truyền thống rất đẹp của xứ Phù Tang. Còn đối với Việt Nam chúng tôi còn có tổ chức Gia đình Phật tử, mà đã hơn 60 năm qua, với mục đích giáo dục tuổi trẻ trở thành những công dân tốt cho xã hội đã trở thành nề nếp, sự quan tâm hàng đầu của rất nhiều phụ huynh.

Như quý Anh Chị thấy, qua sinh hoạt của ngành Oanh, cũng như ngành Thiếu, chúng ta đã thường xuyên nhắc nhở các em giữ vệ sinh chung, tôn trọng tài sản của Tam Bảo, và nhất là biết bảo vệ sự sống, làm đẹp cho cuộc đời, xã hội. Sau mỗi kỳ trại, họp bạn, hay huấn luyện, chúng ta đều có phần "làm sạch khu vực trại" trước khi ra về. Mà chính bản thân, tôi đã học được bài học đó. Tôi nhớ, lúc dự trại Họp Bạn toàn Tỉnh ở chùa Linh Mụ vào thập niên 60, tôi rất ngạc nhiên, cùng với đơn vị GĐPT Lương Văn của mình, được phân chia trách nhiệm lượm rác, làm sạch sẽ một khu vực trước ngôi tháp Phước Duyên. Dù chỉ mới mười mấy tuổi thôi nhưng tôi đã hiểu được rằng, "khi đến sạch, thì khi về cũng phải sạch" theo điều luật của ngành Thanh, Thiếu, và Huynh trưởng: "Phật tử trong sạch từ thể chất đến tinh thần, từ lời nói đến việc làm". Rồi sau đó, khi về lại nhà mình, tôi đã tập được thói quen, theo lời ba tôi dạy, là thành tâm và vui vẻ quét dọn bàn thờ tổ tiên trong ngày Tết. Một điều khác, mà trong cả xóm đều thích, đó là tôi quét dọn đường sá trước nhà thật sạch sẽ, gọn gàng. Ngay trong những buổi đại lễ Phật Đản ở miền Bắc Cali vào những năm trước, khi ở trong Ban Tổ Chức, tôi cũng đã yêu cầu, và được quý Anh Chị Huynh trưởng đáp ứng, đó là "dùng một chút thì giờ để làm sạch sẽ địa điểm hành lễ" trước khi ra về. Nhiều phụ huynh vẫn còn ấn tượng đẹp khi nhìn thấy cả trăm em Đoàn sinh cầm bao rác lớn, bao rác nhỏ đi lượm rác và nhặt những chai, lon bỏ vào thùng rác một cách gọn gàng.

Bây giờ, quý Anh Chị Trại sinh Huyền Trang 5 là những người đàn Anh, đàn Chị, là những Liên đoàn trưởng tương lai của Tổ chức, sẽ được huấn luyện để dẫn dắt đàn Em đi theo con đường Đẹp, con đường Tốt đó. Có thể tôi hơi "nhà quê, lỗi thời" nhưng vẫn rất tin tưởng vào suy tư của mình, đó là "trước, hãy làm cho được những việc tầm thường" trước khi mình muốn làm việc gì "lớn lao", việc vĩ đại, cao xa nào khác.

Hiện tình của tổ chức chúng ta đang gặp nhiều thăng trầm, cần có sự sáng suốt cũng như mạnh dạn cải tiến một số sinh hoạt về mặt tổ chức, hoạt động thanh niên, nhưng trên hết, theo thiển ý của tôi, vẫn là NIỀM TIN vào Tổ Chức vốn được xây dựng trên nền tảng căn bản của con người: Thể dục, Đức dục và Trí dục. Đó là nền tảng vững chắc nhất mà chúng ta có thể trông cậy vào. Cho chính bản thân mình hay cho tập thể, chúng ta cần PHÁT TRIỂN trên ba phương diện đó. Cần có sự tu học Phật pháp thường xuyên và đều đặn; cũng cần có những liên hệ mật thiết để xây dựng Tình Lam cho nhau; ngoài ra, chúng ta cũng không quên yếu tố quan trọng nhất là từ mỗi cá nhân chúng ta phải cố gắng vươn lên như hoa sen để đem hương, đem sắc đến với cuộc đời.

Xin được hân hoan, kính lời cầu nguyện quý Anh Chị chân cứng đá mềm, thuận duyên đầy đủ, để có thể sống với niềm vui rộng lớn và lý tưởng cao cả của một người huynh trưởng GĐPT trong thời đại mới.

CÙNG LÀM, CÙNG GÓP SỨC

Thưa quý Anh Chị Huynh trưởng,

Đúng ra để chào đón cuộc họp mặt được trông đợi đem lại nhiều hứa hẹn cho tập thể chúng ta, nhan đề của bài viết này là "Hoa Nở Mùa Đại Hội" như dự định, mới bộc lộ tinh thần và nội dung những điều mà tôi và mọi người muốn chân thành gửi gắm với quý Anh Chị, những người có trách nhiệm và gắn bó với tổ chức.

Nhưng, nhìn lại quá trình, nhu cầu hiện tại và hoàn cảnh lịch sử luôn nhắc nhở, thúc giục chúng ta không bỏ phí thời gian, bỏ lỡ cơ hội mà cần bắt tay ngay vào việc, cần thực thi nhanh chóng và đầy đủ những điều đã để ra, do đó, không gì bằng tôi chọn việc thúc đẩy hành động làm để tài góp ý thay cho một lời kêu gọi trực tiếp gửi đến quý Anh Chị.

Chỉ đọc qua nhan đề trên, chắc quý Anh Chị cũng hiểu được phần nào tâm ý và ước mong mà tôi đặt vào quý Anh Chị vào thời điểm này. CÙNG GÓP SỨC, CÙNG LÀM cần được xem là bước đi kế tiếp của chúng ta trên con đường phụng sự cho lý tưởng chung.

Trước đây một khoảng thời gian chừng một năm, tôi có đọc một bài viết của cụ Hoàng Tụy, mà sau này mới rõ là một giáo sư, một nhà Bác học ngành Toán. Thú thật, điều sơ khởi khiến tôi để ý hơn cả là cách Cụ thể hiện điều cụ muốn nói lên: GIÁO DỤC, XIN CHO TÔI NÓI THẲNG. Chỉ đọc qua cách mà nhà giáo lão thành đáng kính này đặt vấn đề là thấy sự nhiệt thành, thiết tha, bộc trực của một tấm lòng mời gọi. Tôi cảm thấy màu trong mình chảy mạnh lên, cả người nóng ran, và tim óc của tôi run lên, để đọc từng lời, từng chữ của tác giả. Thật là những giây phút phấn khởi vô cùng với người mở lòng tiếp nhận. Tôi mạn phép học đòi cách đó, coi thử tôi có "thành tựu đạo quả" được chưa, quý Anh Chị nghe?

Thành thực mà nói, tôi còn có niềm tin là mình may mắn hơn nhà giáo lão thành trên phần nào vì, với tôi, người nghe, quý Anh Chị, vốn là những người bạn trong tình Lam, là những người đã từng cảm thông, hiểu biết nhau từ mấy thập niên qua trên con đường hướng về một lý tưởng chung.

Nhưng, theo tôi nghĩ, nỗi khó khăn chung không phải về mặt ý thức. Bài học về "bó đũa" nêu cao sự cần thiết của tinh thần hợp quần, đoàn kết hay việc xiển dương tình liên đới đoàn thể thể hiện trong "bầu ơi thương lấy bí cùng v.v..." chắc chúng ta đã nghe nhiều rồi và đã nằm lòng.

Cũng thế, một trong những vấn để cấp thiết từng được nêu lên là chúng ta CẦN PHẢI làm gì trước tình trạng HIỆN TẠI liên quan đến tổ chức GĐPT thân thương? Câu trả lời có lẽ là tiếng đồng thanh rằng chúng ta cần một lòng ĐOÀN KẾT để bảo vệ Tổ chức màu Lam, và thật lòng ĐÓNG GÓP cụ thể để nuôi dưỡng những sinh hoạt giáo dục tuổi trẻ, là lý tưởng và mục đích chính yếu mà chúng ta đã đeo đuổi, riêng với một số Anh Chị hiện diện trong Đại hội này, đã đồng hành trong gần suốt cuộc đời.

Như vậy, xin nói thẳng, nói gọn trong một lời: giờ là lúc chúng ta cần HÀNH ĐỘNG, và được yêu cầu HÀNH ĐỘNG. Lúc này, hơn bao giờ hết và càng sớm càng tốt, tập thể Huynh trưởng chúng ta cần phải ĐỒNG TÂM HIỆP LỰC cùng chung sống một cách chân thật với châm ngôn Bi Trí Dũng và những Điều Luật Cao Quý của mình.

Trong niềm hoan hỉ của người vừa ngay lòng nói thẳng điều suy nghĩ bấy lâu, tôi cũng như những người quan tâm đến sự hưng thịnh của tổ chức đều mong chờ thành quả điều trông đợi trên trong kỳ họp mặt kế tiếp.

Kính chúc quý Anh Chị một mùa Đại Hội thành công để đem lại sinh khí mới, sức sống mới cho Tổ Chức. Cầu nguyện hồng ân Tam Bảo gia hộ quý Anh Chị, thuộc nhiều lứa tuổi, ở nhiều hoàn cảnh, tất cả đều được an vui trong lý tưởng màu Lam yêu quý của chúng ta.

NIỀM VUI HỘI NGỘ

Trong vài ba ngày nữa, tôi sẽ được gặp Thầy, gặp Bạn, gặp Anh Chị Em trong Đại Hội kỳ 8 của tổ chức Gia đình Phật tử Việt Nam tại Hoa Kỳ. Thật vui mừng biết bao!

Trước hết là gặp Thầy. Thoáng một cái mà 4 năm trôi qua rồi, kể từ Đại Hội kỳ trước ở chùa Pháp Quang, thành phố Grand Prairie, tiểu bang Texas. Hình ảnh của sư ông Trí Hiền, Tọa chủ, vẫn còn im đậm nét trong tôi. Thầy bảo bọc Tổ chức từ thuở sơ khai, thương yêu tập thể Huynh trưởng với những lời chỉ dạy ân cần của một người Cha, của một bậc Trưởng thượng giàu lòng bi mẫn. Thầy luôn là người có nhiều thao thức với tiền đồ của Dân tộc và Đạo pháp. Riêng đối với tôi, nhờ mấy lời khuyến khích của Thầy, mà từ đó, quyển sách "Đậm Nét Tình Lam" đã được ra đời. Tôi luôn nhớ ơn Thầy. Tôi đã để dành sẵn một hộp trà xanh 103, sẽ tự tay mình pha một ly trà nóng cúng dường Thầy.

Chưa hết đâu, tôi còn tính chuyện "vòi vĩnh" Thầy nữa. Nguyên do, vừa rồi, trên máy bay đi Colorado làm lễ Vu Lan ở chùa Quan Âm Pháp Vũ, tôi có đọc một đoạn văn của ôn Hội Chủ, tức là thi sĩ Huyền Không, ghi lại đạo tình giữa quý Ngài trong một chuyến đi năm 1984. Trong đó, có nhắc đến chuyện Sư Ông tính chuyện lập Đại Tòng Lâm với 106 mẫu đất đã được mua trước đó. Wow, cách đây trên 25 năm, mà Sư Ông đã tính chuyện đó rồi; còn tôi, thì bây giờ mới bắt đầu dự tính, tìm hiểu, nên tôi muốn học hỏi, xin Sư Ông truyền trao một ít kinh nghiệm trong việc tạo dựng một trung tâm Tu học, trong việc xây dựng một Trại trường... Tôi thấy rất phấn khởi trong lòng, muốn gặp Sư Ông ngay!

Và còn biết bao nhiêu tình thương, đạo tình của chư Tôn Đức khác nữa, xin kể ra một ít tôn danh quý Ngài, Hòa thượng Phước Thuận, thầy Minh Mẫn, thầy Quảng Thanh tận miền Nam Cali, thầy Hạnh Tuấn từ Chicago về... và luôn luôn, vẫn là, thầy Phổ Hòa, thầy Phổ Thuân, sư cô Tịnh Ngọc... những người Huynh trưởng năm nào của Tổ chức, bây giờ đã phát tâm xuất gia theo dấu chân của đấng Điều ngự Trượng phu. Ở gần, thì có Ni sư Đồng Kính của thiền viện Vô Ưu, quý Thầy, Sư Cô trong vùng và huynh đệ của tôi ở Tu viện Kim Sơn. Hình bóng quý Ngài với tăng bào lộng gió, hạnh nguyện độ tha luôn luôn là hình ảnh cao quý, linh thiêng trong lòng tôi.

Nhưng gần gũi nhất, thân thiết nhất vẫn là những anh chị em Huynh trưởng trẻ tuổi đầy nhiệt huyết, hăng say của Tổ chức đang sinh hoạt trên khắp đất nước Hoa Kỳ. Xin hãy về đây, cùng góp gió để làm nên cơn bão lớn cho đàn em thấy được Tin Yêu. Cùng đến đây để, tay trong tay, ta nhìn rõ mặt nhau, mừng gặp mặt nhau trong tình Huynh đệ muôn đời, mà cười mà khóc với nhau. Xin mời về đây, để trong Hội Lớn này, cùng đóng góp cho việc Cải tiến Sinh hoạt, đưa Tổ Chức đi lên, để làm đẹp màu cờ sắc áo của tình Lam muôn thuở. Ôi! Tim tôi rung động và bàn tay tôi nắm chặt lại, Anh Chị ơi. Xin cảm ơn những Đạo tâm Tăng thượng, những Đạo nghiệp Truyền trao để chúng ta còn có ngày này, hôm nay, dưới chân Phật tổ, bên cạnh Hoa Sen Trắng cùng sưởi ấm thâm tình của người Huynh trưởng, nguyện nối gót Đàn Anh, thương yêu Thế Hệ Trẻ trên con đường phụng sự của mình.

Tôi làm được gì đây, khi hổ thẹn nhìn lại chính mình chỉ với một con tim nhỏ bé, hai bàn tay còn lắm vụng về? Tất cả hy vọng lớn lao, mơ ước cao xa xin trao vào tay quý Anh Chị với lòng trân trọng. Lại xin nhìn vào đôi mắt trong sáng, đầy nhiệt huyết của quý Anh Chị, mà nói rằng: còn có nhau là còn tất cả vì trong ta còn ngọn lửa yêu thương của bác Tâm Minh, còn những mong đợi của đoàn Oanh Vũ ở Phổ Đà, ở Liên Hoa, ở Huyền Quang... và còn biết bao thiết tha, mong đợi của lớp lớp Huynh trưởng, đoàn sinh ở khắp mọi nơi. Ta hãy mạnh dạn lên đường, thắp sáng Niềm Tin, làm nên Việc Lớn: cải tiến sinh hoạt cho hợp với thời cơ, trình độ mà giữ lấy kỷ cương, tô bồi sức sống... cho thế hệ thanh thiếu niên.

Với quý Anh Chị nào mới về chùa Phổ Từ lần đầu, tôi xin hân hạnh cống hiến một món quà nhỏ: con đường Từ Bi (Compassion Road) để quý Anh Chị đặt những bước chân thiền hành sau những giờ họp mệt nhọc. Đi trên đường đó, lòng ta niệm thầm danh hiệu của Bồ tát đại sĩ:

Nguyện đức Cứu khổ Tầm thanh
Ban cho nước Tịnh chữa lành tham tâm
Xin cho thế giới xa gần,
Hết cơn binh lửa, thấm nhuần Từ Bi.

Với giọt nước cam lồ tịnh thủy, bằng tâm niệm thương yêu, đùm bọc nhau, chúng ta sẽ thấy an lành, sung sướng.

Chiều nay, trong giờ chấp tác, tôi đã thong thả quét bụi trên các dãy lan can bằng gỗ cho được sạch sẽ. Lòng nghĩ đến ngày Đại Hội, quý anh chị Huynh trưởng Đại biểu có chỗ tỳ tay lên đó, với ly trà nóng trong tay mà thưởng thức vị trà thơm ngon, ấm cúng để khi vào Phòng Hội tinh thần được thanh thản, rồi, từ đó, bao nhiêu ý kiến xây dựng hay ho, thích hợp sẽ được tuôn ra. Có lúc, tôi ngừng tay đôi phút, để như nghe máu chảy đều đều trong huyết quản, hơi thở ra vào với chánh niệm, cảm thấy Niềm Vui mình có đây rồi – trong giây phút hiện tại an lành.

Xin được chắp tay kính cẩn đón chào chư vị Tôn Túc, Anh Chị Em Huynh trưởng xa gần, cùng thập phương thiện tín cùng gặp mặt nhau trong ngày Hội Lớn này.

NHỮNG CHUYỆN NÊN NHỚ NHỮNG ĐIỀU NÊN QUÊN

Bài học về lẽ vô thường của cuộc sống thế nhân, với tôi, không chỉ giản dị là điều cần nhắc nhở nữa, khi được tin về sự ra đi đột ngột của một Huynh trưởng Gia đình Phật tử gần gũi bấy lâu, anh Hà Học Lễ, pháp danh Minh Đạt.

Tôi có duyên lành quen biết, cộng tác với anh trong nhiều sinh hoạt và Phật sự tại chùa cũng như trong tổ chức Giáo hội. Một người thông minh, thẳng thắn nhưng không che giấu cá tính hồn nhiên, thích bông đùa. Điều mà tôi ghi nhận và học hỏi nơi Anh, đó là Anh ít khi nhắc đến Quá khứ - ít ra là về đời tư của mình – và thường hướng suy nghĩ đến Tương lai, một tương lai mà Anh cho là có ý nghĩa trong cuộc sống mỗi người.

Không rõ thời niên thiếu, con người hoạt bát, lanh lợi nơi Anh đã phát triển ra sao nhưng cho đến nay, quá tuổi trung niên, anh vẫn nổi bật như một mẫu người hoạt động, con người của dự phóng và hành động, như một thanh niên đương độ. Anh luôn xông xáo, đi đầu trong nhiều việc, đóng góp nhiều ý kiến tích cực và xây dựng ngoài ra còn lưu tâm đến việc gây tạo, duy trì bầu khí làm việc chung trong tinh thần vui vẻ, hòa ái. Ai mà không nghĩ rằng bên trong tài "hoạt náo" thể hiện trong buổi sinh hoạt còn ẩn chứa một tấm lòng TRUNG HẬU và rộng mở.

Tôi còn nhớ vào khoảng năm 2004, lúc mà tổ chức GĐPT đang gặp khó khăn từ bên trong, Anh thường đến với chùa Phổ Từ. Một hôm, sau giờ làm việc, Anh đến thăm tôi với vẻ tư lự hiện rõ. Tôi thấy là điều bất thường! Biết Anh nhiều năm rồi, lúc nào nét mặt, nụ cười cũng tươi vui, nhưng bữa nay sao mà "nghiêm trọng" quá vậy nè. Tôi kéo ghế mời Anh ngồi, sau chừng một ly nước nóng, Anh bắt đầu câu chuyện:

- Mấy hôm nay, con ngủ không được, Thầy ơi. Tan nát hết, buồn quá, Thầy ơi. Mà không biết làm sao để hàn gắn tình cảm Anh Em, bảo vệ Tổ chức đây.

Thì ra ý Anh muốn nói đến tình trạng sinh hoạt của tổ chức GĐPT lúc đó. Đúng như lời Anh than thở, lúc đó, ai mà chẳng buồn! Có Thánh thần mới bình thản được!

Tôi ngồi yên nghe Anh nói, tuôn ra hết những điều cất giấu trong tâm tư sâu kín của mình. Có lúc Anh bật khóc, nước mắt, nước mũi chan hòa, trông y như đứa bé lúc giận lẫy. Tôi biết Anh nói thật, nói hết những điều suy nghĩ trong lòng và tôi kính trọng những giây phút đó, nên lòng thầm niệm Quán Âm và lắng nghe.

Trước khi dứt lời, Anh kết luận:

- Con xin Thầy điều này, xin Thầy hoan hỷ "mở đường" cho chúng con tìm lại một chút niềm tin nơi một Đơn vị mới, sinh hoạt mới, Thầy nghe. Con chỉ biết nương vào Thầy thôi... Rồi Anh ra về, nét mặt tươi hẳn.

Tôi không hứa hẹn gì cả. Ưu tư thì có nhưng làm sao biết được chuyện gì sẽ xảy ra mà dám hứa hẹn. Có điều sau đó thì đơn vị Chánh Hòa ra đời. Anh là một trong những người hết sức sốt sắng với việc thành lập, tổ chức. Ít người biết rằng công việc trên phát xuất từ Tâm Nguyện của Anh còn mang thêm ý nghĩa đóng góp một cách THIẾT THỰC cho sự cải thiện tình trạng của Tổ chức lúc bấy giờ.

Anh giữ đúng lời nói với tôi, và tôi cũng theo lời yêu cầu của Anh mà đóng góp phần vụ của mình. Ngoài ra, con người dấn thân hoạt động của Anh không nề hà bất cứ việc gì như khi hoan hỷ "phụ trách" hướng dẫn chỗ đậu xe cho thập phương đến Chùa trong các buổi lễ đông người. Những dịp này, Anh là người đến trước và về sau, khi mọi việc đã chu toàn! Nhiều lúc, tôi thấy vui lây. Thấy Anh xông xáo, chạy lui chạy tới, ân cần chỉ chỗ cho khách thập phương đậu xe, rồi phân công, dặn dò các em Đoàn sinh cùng làm việc, mình có thể cảm nhận được trách nhiệm, tinh thần làm việc trong Thương Yêu và Đoàn Kết thật sự nơi một gia đình từ lòng nhiệt thành của một Huynh trưởng.

Lần sau cùng tôi gặp Anh là trước khi Anh đi Việt Nam, làm việc ở một Đại Học ngoài Đà Nẵng. Khá vội vàng vì thời giờ không cho phép, Anh đi thẳng vào điều muốn nói:

- Con xin cám ơn Thầy, hôm trước nằm trong bệnh viện, niệm Phật, tay đặt vào sợi giây này mà con thấy lòng mình rất yên ổn. Giờ thì đi xa, công việc chắc sẽ bể bộn, phức tạp và khó khăn lắm, nên xin Thầy cho con một sợi dây Cát Tường khác và cầu Phật gia hộ cho con...

- Chân cứng đá mềm, tôi tiếp lời Anh. Nhất định rồi, tôi trả lời Anh với một cái xiết tay rất thân tình, đầy tin tưởng.

Giờ thì Anh ra đi thật rồi. Bỏ lại hết những điều nên NHỚ và cả những chuyện cần QUÊN. Nhớ những ân tình, đạo nghĩa có được với nhau ở trên đời. Một chị Huynh trưởng nhắc đến sự giúp đỡ hết sự tận tình của Anh khi còn là cán sự xã hội, làm việc trên Oakland. Một người khác lại nói đến bản tính cần cù, hăng hái của Anh. Tôi theo dõi những trao đổi trên internet thì thấy Anh là người tích cực giới thiệu, chỉ dẫn cho các sinh viên với các trường đại học ở Mỹ trong một số chương trình giáo dục, xã hội. Trong số sinh viên tốt nghiệp có người đã hoàn tất học vị tiến sĩ và đang làm việc tại một cơ quan giáo dục quốc tế ở Thụy Sĩ.

Phần tôi, luôn nhớ đến bóng dáng Anh trong đồng phục màu Lam, tay ngắn quần cụt, sốt sắng chu tất việc đậu xe cho nhà chùa trong những ngày lễ đông người. Công đức của Anh rất lớn, xin Phật chứng minh, dù chỉ thể hiện bằng một việc làm đơn giản, tầm thường. Nay, cấp bằng Tiến sĩ, danh vị Khoa trưởng, hay muôn vạn Hình tướng có được, Anh đều để lại cho đời, chưa kể tình Cốt nhục, nghĩa Đồng bào, và tình cảm màu Lam muôn đời thân thương. Xin mượn vài câu thơ để tiễn Anh:

Vết thân gầy còm dấu xa đưa
Hình bóng cũ, xa mờ đường muôn lối,
Người đã ra đi như một áng mây chiều.
(Tâm Thể - Tiễn một người đi)

Hay một chị Huynh trưởng của Chánh Hòa, cất tiếng gọi Anh:

"Về đi lữ khách đường xa lắm
Cát bụi sầu vương vướng đã nhiều
Thanh thản ngủ trong lòng đạo cả
Cho hồn thơ ấu được nâng niu".

Người nhà cho biết, Anh ra đi thanh thản nhẹ nhàng. Buổi sáng đi tắm biển với thân nhân, chiều về, gọi điện thoại thăm cha mẹ. Hai giờ sáng, hôm sau, Anh ra đi, chuyến đi sau cùng của một kiếp người trên trần thế.

Anh Lễ ơi, xin nhớ đến và cầu nguyện cho tổ chức Gia đình Phật tử nghe. Đó là mái ấm gia đình thân thương của tất cả chúng ta. Rồi xin Anh quên, quên hết đi, những hệ lụy trần gian.

Đường phía trước, thênh thang, Anh cất bước.

Nẻo đi về, muôn một, vẫn bình an.
Như thuở sơ khai của đất trời.
Bóng nhạn không in dấu vết.
Lòng người chẳng bận trả, vay.
Vừa thấy mây lành đưa lối,
Thân tâm: hội nhập – sáu cõi ngừng quay!

Thành tâm tưởng niệm Huynh trưởng Cấp Tín của tổ chức GĐPT Việt Nam: Hà Học Lễ pháp danh Minh Đạt, từ trần ngày 19-8-2012 tại Đà Nẵng, hưởng thọ 64 tuổi.

Cầu nguyện hương hồn Anh sớm siêu sanh Tịnh độ.

XIN DỪNG LẠI,
ĐỂ NHÌN CHO RÕ

Hayward ngày 29 tháng 10 năm 2014

Thưa anh Phúc Thiện và các Anh, Chị Huynh trưởng,

Sau nhiều đắn đo trước khi đặt bút, tôi xin được phép cùng các Anh, Chị trở lại vấn đề liên quan đến sự việc khúc mắc vừa qua xảy ra trong tổ chức chúng ta, điều mà tôi luôn luôn nghĩ cũng như tin tưởng rằng nội vụ đã được giải quyết trong tinh thần thông cảm, bao dung, hòa ái.

Trong thời gian qua, khi sự việc xảy ra, quan điểm và ý kiến của những người hữu trách cũng như những người quan tâm đến sự việc đã được phổ biến rộng rãi trên mạng lưới điện tử, theo tôi nghĩ cũng là cơ hội tốt để bất cứ ai trong giới quan tâm và mọi người chúng ta đều có thể nhận biết đầy đủ, chính xác sự việc và từ đó tự mình tìm ra được kết luận đúng đắn trong phương cách giải quyết nội vụ. Cũng trong tinh thần trên, trước sau, tôi vẫn tiếp tục dành thì giờ LẮNG NGHE quý Anh, Chị. Gần đây, một lễ Cầu An được tổ chức tại Trung tâm Huấn luyện và Tu học Thích Quảng

Đức ở San Bernadino, miền Nam Cali, một hành động mà không chỉ những người tham dự buổi lễ trong đó có tôi và các Anh, Chị, đều nghĩ như là một cách thể hiện tinh thần BAO DUNG, HÒA ÁI của tổ chức màu Lam chúng ta. Buổi lễ trên càng có thêm ý nghĩa khi nó nhắc nhở chúng ta về những nhân tố cần thiết cho sự tồn tại, thịnh suy của tổ chức cũng như là sự xác định rằng phương châm và những điều tâm niệm của đoàn thể Áo Lam luôn luôn được thể hiện và phát huy mạnh mẽ.

Dư âm và tinh thần buổi lễ còn lắng đọng trong tâm tư chúng ta khiến cho việc chúng ta trở lại sự việc đã qua có thể làm nhiều người quan tâm ngạc nhiên không ít.

Tôi buộc lòng phải nói rõ khi chính điều này cũng khiến tôi ngạc nhiên và bối rối trong những ngày gần đây trong lúc mục tiêu chính của chúng ta là chú trọng vào vấn để kiện toàn tổ chức được hữu hiệu thay vì dừng lại ở việc đào sâu, nới rộng dị biệt, bất đồng thường xuất hiện trong mọi tổ chức.

Chính vì nhiệt thành tin tưởng vào sự trưởng thành ý thức nơi các Anh, Chị khi phát tâm hoạt động, tôi luôn nghĩ rằng các Anh, Chị suy nghĩ và hành động đều không ngoài lợi ích của đoàn thể và lợi ích của những người đi sau như lời phát nguyện bên ngọn Vô tận đăng.

Do đó, không chỉ trong trường hợp này và ngay ở thời điểm này, cùng với lời cầu nguyện chí thành, tôi mong các Anh, Chị, dành chút thì giờ quán chiếu thân tâm để nhìn lại sự việc xảy ra thay vì tiếp tục giữ lấy nhận thức chủ quan riêng biệt của mình.

Ngày trước, khi sinh thời, ôn Kim Quang (tức là Hòa thượng Thiện Trì) có lần dạy tôi: Từ Lực ơi, nhớ nghe, phá kiến còn nặng hơn phá giới nhiều lắm nghe! Ý Ôn muốn nói, có phạm giới, mà mình thành tâm muốn sám hối, thì sẽ được thanh tịnh, yên tâm trở lại để tiếp tục tu hành. Còn phá kiến, tức là phá hủy chánh kiến, thì chẳng khác gì mình đã bị chôn chặt trong ngục tù của mê mờ, không có cơ hội ra khỏi mê lầm; như vậy, có nghĩa là từ chuyện sai này sẽ đưa đến chuyện sai khác, và cứ thế mà tạo thêm nghiệp xấu.

Từ nhận thức này, tôi xin các Anh Chị dành thì giờ đọc vài tập tài liệu Phật pháp của ôn Tuệ Sĩ (như tôi đang đọc quyển Thắng Man giảng luận đây) hay của ni sư Trí Hải, hoặc nghe vài bài giảng Phật Pháp của quý Ôn, quý Ngài khác, hay đến chùa thắp hương lễ Phật… để nuôi dưỡng, tôi bổi thêm chánh niệm, chánh kiến.

Trong tiến trình phát triển của đoàn thể, tổ chức, mọi ý kiến đúng đắn, xây dựng cần phải được lắng nghe nhưng việc thực thi cần tôn trọng và phục vụ cho lợi ích của tổ chức. Nói thế để chúng ta cùng hiểu rằng trong cuộc tranh luận ngay cả tranh chấp giữa những ý kiến dị biệt, bất đồng nhằm mục đích xây dựng đoàn thể, không có quan điểm thắng thế mà chỉ có giải pháp tốt hơn cả được chấp nhận cho sự vững mạnh của tổ chức.

Do đó, giữa lúc bất đồng, khác biệt với nhau nẩy sinh, điều cần thiết là biết dừng lại kịp thời, và nhờ đó mà tránh những hậu quả không hay cho đoàn thể, phương hại đến thế hệ đi sau! Mình thêm được điều gì tốt, nếu cứ tìm LỖI người khác, mà quên là mình cũng có LỖI! Rất nhiều chuyện đã xảy ra rồi, tôi không muốn nhắc lại ở đây, chỉ xin mượn lời phát biểu của một Huynh trưởng, để chúng ta cùng suy gẫm: Các Anh Chị có dự định sẽ làm gì, sau khi "sáng tỏ và minh bạch" những tài liệu liên quan tới Thầy? Câu hỏi này, giúp mình dừng lại, để biết rõ vị trí của mình, và nhờ đó mà tránh được những lỗi lầm đáng tiếc! Với tôi, đó là một lời than thở của một người em, lời nhắc nhở của một người anh, và là một lời bộc bạch CHÂN THÀNH của một người Huynh trưởng muốn xây dựng tổ chức cho Đẹp, cho Vui. Chúng ta nên lắng nghe nhau! Như vậy, chứng tỏ trong tập thể Huynh trưởng vẫn còn có người BÌNH TĨNH, sáng suốt, biết suy xét để tìm hiểu sự thật, phân biệt đúng sai.

Thêm nữa, đây cũng là cách gợi ý để chúng ta suy gẫm về lời dạy của Ôn Thiện Hoa ngày nào: "Làm việc gì, trước hãy nghĩ đến hậu quả của nó", tức là mình cần CẨN TRỌNG trong lời nói, thái độ, hành động nhất là khi lời nói, thái độ, hành động của mình có ẢNH HƯỞNG hay tác động không hay đến tập thể, đến tổ chức GĐPT.

Thưa Anh Trưởng Ban,

Cũng liên quan với sự việc này, và nhằm hóa giải những khó khăn hiện nay trong chiều hướng tích cực, tôi xin đề nghị vài điều dưới đây:

1. Tiếp theo buổi lễ cầu nguyện tại Trung tâm tuần rồi với sự hiện diện đông đảo chư Tôn Đức Tăng Ni xa gần cùng đến hộ niệm, cầu nguyện, xin đề nghị ban HDTƯ yêu cầu các Miền tổ chức một ngày tu học trong hoàn cảnh cho phép nhằm tạo cơ hội cho tập thể Huynh trưởng đến Chùa tu tập hầu nhìn lại chính mình rõ hơn. Như vậy, trong khoảng thời gian một tuần giữa hai ngày chủ nhật, tất cả Lam viên chúng ta cùng có cơ hội "dị khẩu đồng âm" cùng tu học Phật pháp để thực thi và phát triển lời Phật dạy, nuôi dưỡng niềm Tin Yêu đối với tổ chức màu Lam. Ngoài ra, các Anh, Chị Huynh trưởng nên đi đầu trong việc dành thêm thì giờ thường xuyên đến Chùa tụng kinh, nghe pháp.

2. Lúc này, trong cố gắng bày tỏ thiện chí và cơ hội thuận lợi để chặt tình Lam, từ đó cơ thể hóa giải những hiểu lầm, ngờ vực nhau, xin ban HDTƯ tổ chức một khóa Hội Thảo hay một buổi Họp Mặt trong ngày cuối tuần để chúng ta có cơ hội gặp gỡ, giải bày trong tinh thần hiểu biết, xây dựng, hòa ái hầu xóa đi những nghi ky, phiền muộn đã nảy sinh nhằm xây dựng mối liên hệ thân tình thành thật gắn bó trong tập thể Huynh trưởng. Như vậy, biết đâu, trong cái không hay chúng ta sẽ tìm thấy thuận duyên cho sự phát triển tình Lam.

Trong sự tin tưởng ở tinh thần lục hòa, những cơ hội tu học Phật Pháp sẽ mãi mãi soi sáng, hướng dẫn, an ủy và khích lệ chúng ta, tôi thành tâm kính chúc anh Trưởng Ban và các Anh, Chị đều được an lành trong màu Lam hiền hòa, trong tình Lam cao quý.

VIỆC CẦN LÀM BÂY GIỜ:
THỐNG NHẤT Ý CHÍ,
HÒA ĐỒNG TƯ TƯỞNG

Thưa quý Anh Chị Huynh trưởng cấp Tấn,

Bài viết này xin được chia sẻ TRỰC TIẾP đến với quý Anh Chị trong khóa Hội thảo cấp Tấn sắp đến; vì vậy, cho phép tôi xưng hô như vậy.

Thú thật, tôi rất mừng khi nhận được lá thư mới có nội dung về khóa Hội thảo này, mà trong đó có phần: Thảo luận về "Tinh thần và Trách nhiệm của một Huynh trưởng cấp Tấn với tổ chức GĐPT". Theo tôi, đây mới là việc làm TRỌNG YẾU và CẦN THIẾT trước khi Đại hội Huynh Trưởng Toàn Quốc kỳ 9 khai mạc sau đó. Vì vậy, trong tình Lam quý báu, tôi xin được chia sẻ với quý Anh Chị vài điều tâm tình dưới đây, để quý Anh Chị rộng đường tham khảo.

Không cần nói nhiều, quý Anh Chị cũng đã nắm vững tình hình nhân sự trong sinh hoạt của Tổ Chức chúng ta. Theo tôi biết, Huynh trưởng cấp Dũng chỉ có vài Anh giữ vai trò đại diện. Huynh trưởng cấp Tín và cấp Tập thì được giao nhiệm vụ trong lãnh vực Miền và Đơn Vị địa phương. Còn lại, là tập thể Huynh trưởng cấp Tấn, với số lượng khá đông đảo, nhiều kinh nghiệm mới là thành phần chính yếu đảm đương công việc của Ban Hướng Dẫn Trung Ương, tham gia việc hoạch định và theo dõi việc thực thi và phát triển Đường Hướng hiện tại và tương lai của tổ chức GĐPT, tóm lại là chịu phần lớn Trách Nhiệm về sự Thịnh Suy của Tổ chức.

Theo thiển ý của tôi, lúc này là lúc mà Tổ chức cần Tiếng Nói Từ Tấm Lòng Trung Thực của quý Anh Chị để gióng lên tiếng chuông Cảnh Tỉnh: Thống Nhất Ý Chí và Hòa Đồng Tư Tưởng để phụng sự cho mục đích chung của tổ chức GĐPT chúng ta.

Chúng ta hãy nhìn lại quá khứ để rút ra một số bài học quý báu. Không phải một ngày, một buổi mà Ấn Độ có tiềm năng phát triển như hôm nay. Người ta dễ dàng tìm thấy những kỹ sư người Ấn Độ rất có khả năng, thích ứng một cách hiệu quả với công việc. Đó là nhờ vào công lao của Thủ tướng Nehru từ hơn 60 năm trước, ngay sau khi giành được độc lập, đã lập tức thành lập nơi đào tạo lực lượng khoa học cần thiết cho xứ sở, Học Viện Kỹ Thuật Ấn, India Institute of Technology. Và không phải ngẫu nhiên công ty Google đạt được thành công, mà khoảng 7 năm trước, khi ra thị trường chứng khoán một share chỉ có 86 dollars, mà bây giờ, 2012, đã lên đến $587 một cổ phần, có nghĩa là tài sản của công ty đã tăng gấp mấy mươi lần. Sự thành công lớn lao đó là nhờ giới Lãnh Đạo sáng suốt không những vạch được một hướng đi đúng đắn trong việc phát triển mà còn quy tụ và xây dựng được một thành phần trách nhiệm có tâm huyết, có khả năng, đáp ứng được đòi hỏi và vượt qua được thử thách. Còn đối với những người Cộng sự thì đồng lòng hợp sức làm việc trong tinh thần xây dựng, với một ý chí vững mạnh và đầy tin tưởng vào tương lai.

Nhắc đến kinh nghiệm của một quốc gia hay một đơn vị kinh tế, chúng ta thử lấy làm điều học hỏi trong muôn một để không phụ lòng các bậc tiền bối từng hết lòng trong việc xây dựng tổ chức. Tôi vẫn hằng nghĩ rằng, trong tâm mỗi người chúng ta, Ôn Thiện Minh, Cụ Tâm Minh vẫn theo dõi mọi việc làm, đóng góp cho tổ chức.

Trong điều tâm tín ấy và với thực tế trước mắt, tôi xin để nghị mấy điều:

1. Ngay trong Đại Hội này, chương trình sinh hoạt nên có giờ Tĩnh tâm, Tâm Tình để tập thể Huynh trưởng có cơ hội quán chiếu, nhìn sâu cho tâm hồn thảnh thơi, bớt căng thẳng trong những giờ hội họp, tạo được tinh thần đối thoại đúng nghĩa giữa những người tham dự bằng sự chia sẻ những suy nghĩ và lắng nghe nhau.

Cần tìm mọi cơ hội để nuôi dưỡng, phát triển tình Thương Yêu, lòng Quý Mến nhau. Lấy bữa ăn, buổi trà đàm, kể cả lúc chuyện vãn, làm môi trường thực hành.

2. Tập thể Huynh trưởng cấp Tấn nên có tiếng nói chung, biểu lộ tinh thần hợp nhất, trên là đền ơn chư vị Tiền Bối hữu công, dưới làm gương cho Huynh trưởng của Thế Hệ Trẻ Tuổi. Điều này không ngoài việc duy trì tinh thần Đoàn Kết là vô cùng quan yếu trong sinh hoạt và sự tồn tại của một đoàn thể.

Các hình thức sinh hoạt của Tổ Chức cũng cần được cải tiến cho được thích hợp với hiện tình xã hội, trình độ và tâm lý của Đoàn sinh.

Thứ nữa, phải thực thi những gì đã hứa, đã nêu lên. Lời Nói phải đi đôi với Việc Làm. Không làm được thì, tốt nhất, là đừng hứa hẹn hay cam kết.

Phải vượt qua cho được tình trạng "làm chiếu lệ", cuối cùng không đạt được kết quả nào cả, nếu không muốn nói, còn làm ảnh hưởng đến ý chí tiến thủ của người khác.

3. Cùng tích cực làm việc để đưa ra Đề Án thực tế, có thể thực hiện được, để duy trì Niềm Tin vào Thực Lực của tổ chức.

Cần phải lưu tâm đến khả năng và phẩm chất của tập thể Huynh trưởng, nhân tố quan trọng nhất trong việc phát triển Tổ Chức. Điều chúng ta mong muốn là chúng ta xây dựng được một tập thể Huynh trưởng có tâm tốt, hạnh lành và khả năng giỏi. Để đạt được mục tiêu ấy, vấn đề Tu học thường xuyên của Huynh trưởng là quan tâm hàng đầu của mọi đề án xây dựng và phát triển tổ chức.

Trên đây chỉ là đôi lời tâm tình thô thiển. Xin gởi đến quý Anh Chị với tất cả lòng trân trọng và quý mến của tôi.

Cầu nguyện hồng ân Tam Bảo, chư Lịch đại Tổ sư, gia hộ quý Anh Chị và quý quyến được nhiều sức khỏe, an vui. Xin gặp quý Anh Chị trong những ngày Đại Hội sắp đến.

TINH THẦN QUÁN NIỆM

(Tài liệu phổ biến nội bộ trong khóa Hội Thảo Huynh Trưởng GĐPT Việt Nam tại Hoa Kỳ vào ngày 19 & 20.9.2009 tại Trung Tâm Tu Học & Huấn Luyện Thích Quảng Đức ở San Bernadino, miền Nam California)

QUÁN NIỆM LÀ GÌ?

Nói một cách đơn giản, quán niệm là điều cần thiết ta làm hàng ngày để có nhận thức đúng đắn về những sự việc xảy ra. Đó là sự suy gẫm tường tận và thấu đáo vấn đề. Khi đã hiểu rõ hoàn cảnh nảy sinh và những khía cạnh thường là phức tạp của sự việc, chúng ta sẽ không HIỂU LẦM và từ đó tránh được cho mình sự phiền muộn, sân hận kể cả phản ứng hay manh động không hợp lẽ nữa. Lấy một ví dụ quen thuộc như khi tôi biết được có người nói điều mình thấy "khó nghe." Chẳng hạn như câu bình phẩm "Ông Thầy Từ L., người gì đã ốm yếu mà lại vô duyên nữa!". Nghe vậy, ai mà chẳng thấy nóng mặt, nóng cả người. Nếu không tu tập, quán chiếu thì đã phản ứng TỨC THỜI! (tôi cũng không biết sẽ làm gì được "đối phương" khi thân hình mình chỉ vỏn vẹn có 98 pounds!).

Đây là lúc cần phát khởi chánh niệm, coi thử "nhận xét" trên sự thực ra sao, đúng sai ở điểm nào. Thật ra, câu nói trên có phần đúng. Đó là trọng lượng quá khiêm tốn của tôi. Còn nếu nói mình vô duyên, tôi thấy cần tự xét lại mình trước khi có thể cho rằng người nói CHƯA HIỂU tôi cho lắm nên vui miệng mà bình phẩm. Hiểu như thế, tôi tự dập tắt được sự phiền muộn có thể đã chớm trong lòng. Bởi vì, xét kỹ tôi không giấu điều tự hào về sở trường của mình, vừa có thể hát cải lương, môn nghệ thuật được ưa chuộng của đồng bào trong Nam, lại vừa tụng kinh theo giọng của quê nhà xứ Huế. Chỉ cần điểm đó thôi là tôi thấy mình có duyên lắm rồi! Nghĩa là mình có được lợi khí dễ dàng làm quen với đám đông, với những người bạn mới.

Như thế, nói chung, trong tinh thần quán niệm được phát huy, mọi sự việc xảy ra đều là những tác nhân giúp ta suy gẫm để hoàn thiện, không nên để chúng là duyên cớ khiến ta phiền muộn hay giận hờn. Từ đó, tôi mạn phép để đưa ra kết luận rằng: duy trì quán niệm thường xuyên trong cuộc sống là điều kiện đem lại an tĩnh cho tâm hồn.

Trở lại môi trường thực tế mà những người Huynh trưởng như quý Anh Chị dấn thân phục vụ cho lý tưởng và theo tâm nguyện, những nghịch duyên đã dẫn đến bất đồng hay mâu thuẫn xuất phát trong hoàn cảnh bất đồng hay mâu thuẫn xuất phát trong hoàn cảnh khác nhau là điều khó mà tránh khỏi. Vấn đề cần làm là chúng ta quán chiếu sự việc ra sao để duy trì được nhận thức và hành động giữ vững tình huynh đệ trong tổ chức, trước nhất là không góp phần vào việc tạo thêm chướng duyên hay tạo cơ hội cho nghịch duyên phát triển.

Tiến trình giải quyết có thể rất khó khăn và đòi hỏi ý thức cống hiến cao độ cho lý tưởng của mỗi người. Trong phạm vi cuộc thảo luận, tôi chỉ mạo muội chia xẻ cùng quý Anh Chị hai điều dưới đây mà thú thật, tôi xem như lời cầu nguyện hàng ngày như thế tôi cầu nguyện cho chính mình gặp được thuận duyên để thực hiện trọn vẹn hạnh nguyện xuất gia.

I. HÃY THỂ HIỆN NHIỀU THƯƠNG YÊU

Khi lặp lại yêu cầu quen thuộc này, tôi muốn xin quý Anh Chị hãy suy gẫm thêm về mối tình cảm tương thân ràng buộc giữa những người cùng chung một màu áo, một lý tưởng điển hình là hơn một trăm Huynh trưởng cùng hiện diện nơi đây để thấy sự cần thiết phải tô bồi thường xuyên tình cảm thiết thân này. Hiển nhiên là, như quý Anh Chị đều rõ, tình cảm liên đới và hỗ tương giữa những người cùng chung tổ chức là sức mạnh để tổ chức được tồn tại. Tình cảm này được khuyến khích, vun bồi sẽ là sinh khí và nhuệ khí cho tổ chức thăng tiến, phát triển.

Trên thực tế, thú thực, do nhiều nguyên nhân hay hoàn cảnh, trong nhiều trường hợp chúng ta chưa thể hiện được đầy đủ tình thương yêu như mong muốn chung hay như đòi hỏi của tổ chức chưa kể có lời nói, thái độ hay hành động không phù hợp với mục đích phát huy tình thương trên. Nay, trong tinh thần quán niệm được khuyến khích, chúng ta có cơ hội nhìn lại và nhìn rõ hơn sự việc trong đó có những điều chúng ta đã nghĩ, đã làm để nhận ra rằng chỉ có sự phát huy tình thương yêu mới đem lại an tĩnh cho tâm mình, đem lại an lạc cho người và sự tăng trưởng của tập thể. Trong niềm tin tưởng đó, giờ đây, xin quý Anh Chị cùng nhất tâm nghe lời QUÁN NGUYỆN về đức Bồ tát Quán Thế Âm (đọc lời quán nguyện sau ba tiếng chuông).

Trong tinh thần quán niệm, chúng ta thấy được chân tướng của sự việc đồng thời hiểu rõ thêm tâm hồn những người quanh ta, thông cảm được hoàn cảnh của mỗi người cũng như khả năng mỗi người khi ứng phó. Sinh hoạt với miền Thiện Minh, tôi có cơ hội lưu tâm đến hoàn cảnh cá nhân Huynh trưởng, thường cầu nguyện cho chị Đồng Nguyệt, cho anh Đường Hào, cho các Huynh trưởng của Chánh Đức và Chánh Hòa… Quả thật, quý Anh Chị công việc bộn bề. Nào là việc nhà, việc hai bên nội ngoại, có người còn lo toan việc làng, việc xóm nữa. Nghĩ lại, đôi lần, mình vẫn còn cảm thấy buồn bực ít nhiều khi quý Anh Chị vì lý do riêng không đáp ứng lời yêu cầu giúp đỡ của tôi (như quên mua cà-rem cho tôi chẳng hạn). Công phu hai buổi, ngồi thiền mỗi sáng để nhiếp tâm, đã giúp tôi khiến sự phiền muộn chỉ thoảng qua trong lòng. Thú thực, công phu tu tập ấy chưa đủ khả năng khiến tâm an nhiên trước những điều không được như ý. Có lần, tôi bùi ngùi khi nghe một anh Huynh trưởng, tuổi đời trên sáu mươi, tuổi đoàn gần bốn mươi năm, tâm sự: "Thầy ơi, chẳng lẽ, suốt một đời sinh hoạt với châm ngôn Bi Trí Dũng, mà gần cuối đời lại có kết quả: vợ không hiểu, con không thương, còn mình thì không đủ can đảm mà quyết tâm để dẹp bớt bản ngã, tự ái cá nhân. Con phải làm gì cho đúng, thưa Thầy". Tôi thấy anh đã thốt lên trong lúc bi quan nhưng tôi cũng hiểu rằng công phu tu tập trong đó có sự quán chiếu bản thân phải là việc làm thường xuyên và kiên trì của người Huynh trưởng và cần được thể nhập trong đời sống hàng ngày chứ không phải chỉ trong thời gian tu tập.

II. HÃY THÊM PHẦN ĐOÀN KẾT

Đoàn kết là hệ quả tất yếu khi tình tương thân tương ái trong tổ chức chúng ta được xiển dương và cần được xem như yếu tố tạo nên sức mạnh và thống nhất của tập thể. Câu chuyện ngụ ngôn về bó đũa bị tách rời thì chúng ta đã nghe cả và đã có ít nhiều kinh nghiệm. Với mục đích phát huytinh thầnđoàn kết, tôi xin đưa ra đề nghị gồm ba điểm sau như một đóng góp thiết thực trong cuộc hội thảo.

Một là, cần củng cố và kiện toàn tổ chức hiện tại mà những khó khăn trong giai đoạn qua đã ảnh hưởng hay tác động bất lợi đến hoạt động hay kế hoạch, dự án. Mục đích, nội dung và ý nghĩa của công việc trên không xa rời châm ngôn lấy từ đôi câu:

Cùng ngồi xuống, thọ trì giới pháp, chăm sóc thân tâm, vui tình đạo.

Hãy đứng lên, xây dựng nhà lam, báo đền ơn Phật, vẹn nghĩa đời.

Hai là, hãy tiếp tục TÌM KIẾM và MỞ RỘNG những cơ hội liên lạc hay gặp gỡ với các đoàn thể anh em mà vì lý do riêng nay hoạt động biệt lập. Đây là hoàn cảnh thuận lợi và là cơ hội tốt để chúng ta tiến gần nhau hơn trong tinh thần cảm thông, hiểu biết và thân hữu. Nỗ lực trên trở nên hết sức cần thiết cho việc đem lại sự ổn định trước mắt cho tổ chức nếu chúng ta xem đây là những cơ hội ngăn chặn sự nảy nở thêm những nghịch duyên, đào sâu những bất đồng hay bồi đắp thêm thành kiến. Chúng ta vui mừng khi thấy trong thời gian qua đã có cuộc gặp gỡ và sinh hoạt ngoài trời (picnic) tại Stockton, miền Bắc California quy tụ các đơn vị GĐPT trong vùng. Tại miền Nam California cũng có chín đơn vị GĐPT sum họp trong một trại họp bạn tại công viên. Sự việc trên tuy lẻ tẻ nhưng là dấu hiệu đáng mừng của một nỗ lực lâu dài nhằm thúc đẩy sự thông cảm và hiểu biết lẫn nhau. Và, vì chúng ta đều hiểu rằng chính sự đồng thuận trong lòng người mới là nền tảng vững bền của sự hợp nhất.

Sau cùng, trong bất kỳ hoàn cảnh nào, chúng ta vẫn giữ vững tinh thần lạc quan và tin tưởng vào tương lai, vào vận hội mới của tổ chức. Sự lạc quan, tự tin sẽ giúp chúng ta sức mạnh tinh thần cần thiết để hành động, để vượt qua nghịch cảnh và thử thách.

Có THỰC SỰ thương yêu và THÀNH TÂM đoàn kết, chúng ta sẽ tìm được an lạc trong tâm hồn, phúc lợi cho tập thể và trường tồn cho tổ chức.

KẾT LUẬN

Từ ngàn xưa, Khổng giáo đã để ra tiến trình cần thiết cho công cuộc bình trị bằng việc lấy việc rèn luyện bản thân làm căn bản: tu thân, tề gia, trị quốc, bình thiên hạ. Giáo lý nhà Phật cũng chỉ rõ cái gốc của mọi sự việc: tâm dẫn đầu mọi pháp. Chúng ta cần quán chiếu sự việc từ tâm mình để nhận chân hình tướng và mối tương quan nhân quả của chúng hầu tránh được những suy nghĩ, thái độ hay hành động không hợp lẽ. Được thế, tâm ta an lạc, trí ta thảnh thơi, nghịch duyên dần hóa giải.

Thưa quý Anh Chị,

Đề tài thì bao quát mà xét lại mình, tài hèn đức bạc, những điều vừa trình bày chưa đáp ứng được những băn khoăn hay thao thức bấy lâu của quý Anh Chị. Lẽ đó, tôi xin giới thiệu quý Anh Chị tập tài liệu hữu ích và súc tích của cố Hòa Thượng Thiện Hoa, người từng giữ trọng trách Trưởng Ban Hướng Dẫn Trung Ương Gia Đình Phật Tử Việt Nam, tác phẩm "Tu Tâm Dưỡng Tánh." May mắn thay, công việc tu tập bản thân chúng ta nay vẫn còn được bậc Tôn Sư đã khuất để mắt, theo dõi và chỉ giáo.

Cầu Phật gia hộ anh Trưởng Ban cùng quý Anh Chị Huynh Trưởng nhiều an vui và đạt được thành quả trong khóa Hội thảo này.

Nam mô Thường Hoan hỷ Bồ Tát Ma ha tát.

THƯƠNG ANH, THƯƠNG CHỊ THƯƠNG... ĐOÀN

Dường như giữa những tâm hồn hiểu biết nhau thường phát sinh một mối giao cảm đặc biệt nhất là trong hoàn cảnh khác với bình thường. Tôi nghiệm ra điều này mỗi khi ốm đau hay thấy sức khỏe suy giảm là những lúc tâm trí nghĩ nhiều hơn đến người thân quen trong đó có quý Anh Chị trong đoàn Cựu Huynh Trưởng ở San Jose. Đây là những lúc tâm trạng mình cảm thấy sâu sắc hơn tình cảm gắn bó với những người quý mến và cũng là lúc mà tôi xem là cơ hội tốt để quán chiếu sự ngắn ngủi, bấp bênh của cuộc đời.

Đôi lúc tìm cách giải thích tâm trạng này, tôi tự nhủ rằng thông thường người lớn tuổi mỗi khi suy yếu là lúc cảm thấy rõ rệt mình bất lực trước sự hữu hạn của cuộc sống nên không gì bằng hãy nhìn về cuộc đời bằng tấm lòng chân thật, hiểu biết.

Khi ấy, trong lòng người có tuổi thường vui buồn lẫn lộn bên nhau. Không vui vì mang tâm trạng của lớp người "lực bất tòng tâm". Nhưng vui xen lẫn tự hào vì những đóng góp kể cả cống hiến hữu ích cho tha nhân, cho xã hội. Còn hình ảnh nào khiến tôi xúc động hơn là thấy Anh Chị trong lớp tuổi thất tuần vẫn tiếp tục có mặt trong những hoạt động mang tinh thần hòa đồng và khích lệ lớp sau tiếp tục tiến bước.

Hôm nay, nhân ngày kỷ niệm Chu Niên của Đoàn và cũng có ý nghĩa ngày mừng thêm tuổi đoàn của những vị đàn anh trong tổ chức, tôi mạn phép trình bày một vài suy nghĩ cá nhân qua sự diễn đạt văn chương của hai vị lão thành không thiếu kinh nghiệm người từng trải.

Bài thơ thứ nhất của nhà văn Võ Phiến, viết vào năm Bác được 84 tuổi, nhan đề là "Mộc Mạc"

Xưa từng có xóm có làng
Bà con cô bác họ hàng gần xa
Con trâu, con chó, con gà
Đàn cò, lũ sẻ, đều là cố tri
Múa may mãi chẳng ra gì
Mỗi lâu thêm một cách ly rã rời
Thân tàn đất lạ chơi vơi
Trông lên chỉ gặp bầu trời là quen.

Đọc lên nghe như lời tâm tình chân thành của một người thân quen trò chuyện bên mình. Tâm sự của một tiền bối đầy ắp kinh nghiệm của một người quen sống hòa hợp với thiên nhiên, với xã hội nhưng đến tuổi xế chiều cảm thấy muốn vượt thoát khỏi thực tại, xa rời mọi huyễn tượng và mong ước tâm hồn được phiêu bổng trong an nhiên tự tại. Tâm trạng ấy ít nhiều tương tự bước đầu của điều mà bậc thiền sư đã chứng ngộ khi nhận chân lẽ thịnh suy và vô thường của vạn pháp.

Thân như điện ảnh, hữu hoàn vô
Vạn mộc xuân vinh, thu hựu khô
Nhậm vận thịnh suy vô bố úy
Thịnh suy như lộ thảo đầu phô.
(Vạn Hạnh thiền sư)

Bài thơ của tác giả ít tuổi hơn, "Tự Kiểm" của Nguyễn Duy Ân, đăng trên tạp chí Khởi Hành, gần như là lời tự bạch thành thực vừa có ý nghĩa sự khuyến thỉnh quay về chánh pháp vì sao lãng việc tu tập trong cuộc sống là tự tạo thêm nghiệp khổ cho mình.

Sắp qua bảy chục ("cổ lai hy")
Tổng kết thân tâm gặt hái gì?
Phí phạm thời giờ thêm nghiệp chướng
Tiêu hao sức lực chuốc sầu bi
Gậy thù chẳng thấy vơi mầm ác
Tạo oán không làm giảm gốc si!
Tập khí muôn đời thật khó chuyển
Phật danh một niệm, rẽ đường đi.

Điều sau cùng tôi xin thêm là việc phát triển tinh thần Lạc Quan, Vui Sống mà theo tôi nghĩ quý Anh Chị đã thể hiện khi tự nguyện tiếp tục có mặt trong tổ chức như một nhân tố khích lệ và hậu thuẫn cho thế hệ sau. Đó cũng là việc tìm thấy sự an lạc trong tâm hồn bằng những hoạt động cho tha nhân, cho tập thể như lời dạy của vị Thầy cao niên, Đức Đạt Lai Lạt Ma. "Tôi tin hạnh phúc xuất phát từ lòng thương. Hạnh phúc không thể đến từ sự giận dữ. Qua tình thương, sự hiểu biết và thông cảm lẫn nhau, dù trên bình diện cá nhân, quốc gia hay thế giới, chúng ta sẽ có sự an lạc, hạnh phúc và mãn nguyện".

Cầu chúc quý Anh Chị một ngày họp Đoàn: vui như lúa mới đơm bông, vui như thuở trước: da hồng, mắt xanh. Hãy vui lên cho chính mình và ban tặng niềm vui cho người khác nữa quý Anh Chị nghe.

MỪNG TỊNH KHIẾT
TRÒN 30 TUỔI

Ngày nào, tôi ghé chùa Viên Giác ở Oklahoma City, còn là căn nhà nhỏ, giữa một thành phố chỉ có vài ngàn người Việt. Mà giờ đây, đơn vị Viên Giác nói riêng và miền Tịnh Khiết nói chung, đã là một thực thể lớn mạnh, có tầm vóc trong việc giáo dục tuổi trẻ. Thật đáng mừng và đáng cảm phục biết bao! Một chút tấm lòng nhỏ nhoi này xin gởi đến những Anh Chị áo Lam đã hy sinh rất nhiều cho Tổ chức, cho một tương lai tốt đẹp cho Quê hương và Đạo pháp.

Niềm vui như vẫn còn đây với các đơn vị Linh Quang, rồi Huyền Quang, Tịnh Giác, Thiên Ân nữa. Mới nhất có lẽ là đơn vị Trúc Lâm ở Chicago, vẫn còn "nóng hổi vừa thổi vừa ăn", như mình ăn củ khoai lang của Tình Thương vừa mới chín từ bếp lửa thân tình.

Con đường trước mặt vẫn còn dài, nếu không muốn nói là lắm chông gai, khó nhọc. Nhưng "niềm tin còn, thì tương lai ắt có" và với những bàn tay xây dựng trong tấm lòng rộng mở thì khó khăn sẽ được vượt qua và niềm vui sẽ đến. Thực tập năm hạnh và sống với châm ngôn Bi, Trí, Dũng trong đời sống hàng ngày vẫn là khuôn vàng thước ngọc cho tất cả chúng ta. Xa hơn chút nữa, chúng ta nên cố gắng nuôi dưỡng lòng vị tha, sống vì lợi ích tha nhân, vì tập thể áo Lam, thì chắc chắn chúng ta xứng đáng, bây giờ và mai hậu, là người đoàn viên GĐPT, con cháu của cụ Tâm Minh, em hiền của chị Kim Cúc, của anh Như Tâm.

Xin chắp tay dâng lời cầu nguyện thiết tha: mừng Miền Tịnh Khiết vững tiến trên đường dài giáo dục và an vui trong tình Lam bất diệt.

CON ĐƯỜNG VẠN HẠNH
NỞ HOA

Kỷ niệm kết khóa Trại Vạn Hạnh I, Tu học bậc Lực của Ban HDTƯ/ GĐPTVN tại Hoa Kỳ.

Trại Vạn Hạnh I sẽ được tổ chức kết khóa tại chùa Phổ Từ, Hayward, vào 3 ngày từ Thứ Sáu, 23-3 đến Chủ Nhật, 25-3-2018. Theo Nội Quy và Quy Chế của Tổ Chức GĐPT, Trại Vạn Hạnh mở ra để đào tạo Huynh Trưởng lãnh đạo cấp Miền và Trung Ương. Trại đã khai khóa từ 4 năm trước, trải qua ba kỳ Hội Thảo, với các bài làm Hàm Thụ, sau cùng, mỗi Trại Sinh nạp bài Tiểu Luận Kết Khóa để nhận Chứng Chỉ Tham Dự Trại. Theo tôi, đây là một chặng đường gian nan, đòi hỏi người Huynh trưởng phải vững chí mới vượt qua các thử thách, làm bài, nạp bài, tu tập để trau dồi đạo đức và kiến thức cho mình.

Hân hạnh được tham dự các giai đoạn này, và hôm nay, để đóng góp cho bản tin của ngày Kết Khóa, tôi xin chia sẻ vài tâm tình dưới đây.

Phải nói, là trong lòng đầy hy vọng cho một tương lai tốt đẹp sắp đến khi Tổ Chức GĐPT có một thành phần Huynh trưởng lãnh đạo với trách nhiệm và kiến thức chuyên môn của thế kỷ 21. Chương trình đào tạo đã nhắm đến 2 phương diện: tâm linh, tu học cho người Huynh trưởng, và phần Nghệ Thuật Lãnh Đạo, Kỹ Thuật Sinh Hoạt nhằm giúp phát huy sức sống và con đường Giáo Dục Tuổi Trẻ. Đạt được 2 phần này, nghĩa là một người Huynh trưởng sẽ nắm vững pháp môn tu tập để hoàn thiện nhân cách của người Phật Tử chơn chánh, và sau này, với kiến thức, kinh nghiệm, quý Anh Chị Huynh trưởng này sẽ lãnh đạo cấp Miền và Trung Ương nhằm hoàn thành lý tưởng cho riêng mình và đem lại lợi ích cho cuộc đời.

Xin giới thiệu đến các Bạn vài nét Đẹp mà tôi hân hạnh bắt gặp. Bài viết về Kinh Hoa Nghiêm, diễn tả con đường Bồ Tát mà Thiện Tài đồng tử phát tâm cầu đạo, tu học để cứu đời rất súc tích, đầy đủ và sâu sắc. Một Trại Sinh, và cũng là tu sĩ, có những nhận xét thật tuyệt vời khi có thể gợi lên hình ảnh người Huynh trưởng GĐPT đi vào Đời bằng con tim mở rộng để học hỏi những cái Hay, cái Đẹp trong cuộc sống, để rồi mang về làm đẹp cho Tổ Chức, làm lợi ích cho đàn Em. Đó là một cái nhìn cởi mở, thông thoáng hiếm có nhằm bắt đầu cho những tư duy thực tế mà lại đẹp đẽ, đầy màu sắc như bộ Kinh Hoa Nghiêm của nhà Phật cho thấy.

Bên cạnh, một số Huynh trưởng của cả 2 thế hệ, tìm hiểu về Kinh Thắng Man, về Nhân Minh Luận, rồi cũng có những tìm hiểu về Vũ Trụ Quan, với những thống kê làm mình phải giựt mình, suy gẫm.

Vì sao, trong kinh diễn tả có nhiều thế giới rộng lớn như vậy, mà lòng dạ con người lại quá nhỏ hẹp chỉ nghĩ tới cá nhân? Tại sao bạo động càng ngày càng gia tăng trên thế giới với tốc độ chóng mặt, khi giáo lý Từ Bi, thương yêu của đạo Phật là món thuốc chữa trị thần kỳ, mà con người lại lãng quên, không tìm cách áp dụng? Rồi, có người Huynh trưởng, rất quan tâm, đưa ra những đề nghị:

Hãy cùng nhau Tu Tập Phật Pháp một cách đều đặn, chuyên cần, ngay giữa cuộc sống hàng ngày để tìm lại sự quân bình, nhằm có An Vui, thoải mái cho mình. Chưa hết, xin thành thật kêu gọi quý Anh Chị Huynh trưởng hãy nuôi dưỡng Lý Tưởng của chúng ta vốn là con đường Trong Sáng, Tươi Vui, nhiều Lợi Ích mà cùng đoàn kết, tương trợ lẫn nhau nhằm phát triển Tổ Chức trên xứ người. Chúng ta không thể nào đồng ý nhiều hơn, tán dương mạnh hơn, khi nhìn vào tình trạng hiện nay.

Một bài viết khác cho biết, chính châm ngôn Bi Trí Dũng đã làm kim chỉ nam cho cuộc sống của Anh suốt bao năm qua. Trong đó, phải kể đến chất liệu đặc biệt của Tổ Chức GĐPT chính là Tình Lam thắm thiết giữa những người cùng mặc áo Lam, đeo phù hiệu hoa sen trắng với nhau. Tôi gia nhập GĐPT lúc 14 tuổi với một Đơn Vị ở cách xa thành phố Huế 20 cây số. Không học hỏi được gì nhiều, chỉ biết khi đến Chùa là các Bác cho ăn xôi, chuối, và nhất là có Bạn để vui chơi. Vậy mà, những kỷ niệm thắm thiết, thân thương thời đó, vẫn còn trong lòng mình sau hơn 50 năm lặng lẽ trôi qua. Mới biết, chính nhờ tình Lam, sự đối xử với thương mến của quý Anh Chị Huynh trưởng mà những chất liệu Yêu Thương, Tôn Trọng, Vui Vẻ đã nuôi dưỡng đời sống của mình, dù khi xa nhà, trưởng thành và sinh sống ở Hoa Kỳ.

Tinh thần Hy Sinh lại vượt bậc khi chúng ta biết rằng, trong lòng người Huynh trưởng lúc nào cũng nghĩ đến niềm vui của đàn em. Để rồi, dành thì giờ để soạn bài, để án. Đến khi thực hiện thì sống với lòng Vị Tha, Bao Dung, chỉ mong có kết quả để các Em đoàn sinh lớn lên hiểu được ý nghĩa của Tam Bảo, biết ăn chay, làm lành… giúp cho xã hội được yên ổn, an lành.

Lòng vui mừng, mong đến ngày hội, mình lại gặp nhau dưới mái chùa Phật, trong căn nhà Lam, để chúng ta cùng ôn lại những kỷ niệm thân thương, để tiếng cười rộn rã lại vang lên, và "đây gia đình, cùng nhau chung thân ái" lời ca đó lại đem mình gần lại bên nhau – trong Thương Yêu đậm nét, trong Tin Tưởng ngút ngàn cho bây giờ và mãi mãi về sau.

GĐPT, CON TIM NÀO CÒN ĐẦY NHIỆT HUYẾT

Đối với một đoàn thể có đời sống bền bỉ, tuổi đời kéo dài qua hai phần ba thế kỷ và vượt qua được nhiều thử thách lịch sử như tổ chức Gia đình Phật tử chúng ta, mỗi khi nhắc đến, chúng ta, ngoài sự hãnh diện vẫn là nỗi khắc khoải không ngừng về trách nhiệm và bổn phận của mỗi người cho sự trường tồn trong vững mạnh của tổ chức, đặc biệt là trong tình thế chứa đựng nhiều nhân tố biến động như xã hội hiện nay. Mặt khác, được thừa hưởng kết quả tích lũy làm nên sự có mặt hữu ích của đoàn thể, chúng ta không thể quên bao công khó của mấy thế hệ đi trước cũng như những nỗ lực đáng ghi nhận của lớp Huynh trưởng hiện thời trong việc duy trì, mở rộng con đường phục vụ cho sự thăng tiến xã hội và giới trẻ.

Nay, nhân khóa Hội thảo dành cho Huynh trưởng các cấp sắp diễn ra tại Trung tâm Huấn luyện và Tu học Thích Quảng Đức thuộc San Bernadino, với cương vị và trách nhiệm đã nhận lãnh, tôi xin được bày tỏ sự thương mến, trân trọng trong lòng với quý Anh Chị Huynh trưởng tham dự khóa hội thảo, trước khi được phép trình bày đôi điều cùng quý Anh Chị.

Mỗi khi có cơ hội nhắc nhở, chúng ta thường đặt câu hỏi về một viễn kiến tương lai cho đường đi của tổ chức chúng ta sau khi đã có được kế hoạch, chương trình hoạt động cho thời gian trước mắt. Như vậy, việc nhìn về tương lai, không chỉ biểu lộ thái độ lạc quan vào sự hiện diện hôm nay của đoàn thể chúng ta mà còn là sự chuẩn bị cần thiết cho một hướng đi chung đúng đắn và cần thiết trong thời gian sắp tới. Có thể chúng ta sẽ không gặp phải những khó khăn không tiên liệu được hoặc trầm trọng hơn, lâm vào cảnh bế tắc nếu chúng ta biết quan tâm đến việc nhìn xa, nhìn xâu hơn con đường phải đi đến. Như vậy, vấn đề nêu ra là Tổ chức chúng ta sẽ ra sao trong mười năm, hai mươi năm tới? Điều này còn có nghĩa chúng ta cần làm những gì cho Tổ chức màu Lam đứng vững nơi xứ người trong mai hậu?

Câu trả lời không là ước đoán vì việc dự hoạch ngay cả phác thảo cho tương lai đều có thể đòi hỏi sự điều chỉnh cần thiết ngay tự bây giờ hoặc ít nhất là sự chuẩn bị tinh thần cho những hành động như thế.

Như chúng ta đều rõ, sự có mặt và tồn tại của một tổ chức chính là lịch sử của những chướng ngại và khó khăn mà tổ chức đã phải đương đầu để vượt qua và sống còn. Bao nhiêu trăn trở là bấy nhiêu mơ ước trước một vận hội mở ra cho chúng ta. Hy vọng rằng, trong khóa hội thảo này với tinh thần "kiến hòa đồng giải", vấn đề tương lai của tổ chức cũng được nêu ra tương tự việc thăm dò, tìm kiếm một hướng đi giữa lúc sự tiên liệu là yếu tố quan trọng của việc trù tính mọi kế sách lâu dài.

Mặt khác, riêng tôi, thời gian vừa qua giúp tôi chứng nghiệm thêm tình cảm thêm cố kết giữa những người cùng chung một cái nhìn về việc làm tươi đẹp tình người và tập thể. Tôi có cơ hội dự Trại họp bạn Lam Viên ở vùng Tây Bắc Hoa kỳ với 9 đơn vị tham dự, bao gồm trên 300 Huynh trưởng và Đoàn sinh tụ hội tại công viên Rasar State, cách Seattle khoảng 2 giờ di chuyển. Nơi đây, một lẫn nữa, tôi được thấy tận mắt tinh thần phục vụ và hợp tác chân thành của người Huynh trưởng áo Lam. Ngoài ra, trên đường viếng thăm đơn vị GĐPT Liên Hoa ở thủ phủ Olympia tôi còn được biết một đơn vị sắp chào đời ở Tacoma, đơn vị sinh sau đẻ muộn có tên Từ Tâm. (Xin mời đọc bài "Chu du, miền Tây Bắc" của HTr Thị Hưng Đường Hào để biết tường tận). Chưa kể, tại chùa Liên Hoa, hình ảnh thân thương của HTr cấp Tấn Tâm Đẳng Phạm Văn Bình và một em Huynh trưởng tập sự đã lưu lại trong lòng tôi như kỷ niệm không quên trong chuyến đi tái ngộ những tâm hồn yêu đời mến đạo.

Anh Tâm Đẳng, xuất thân từ hàng Huynh trưởng của mấy thập niên đầu thời kỳ thành lập tổ chức tại vùng Bình Định, Phú Yên, còn tiếp tục sinh hoạt từ lúc định cư ở Hoa kỳ. Hiện nay, Anh ở trong ban Tham vấn của GĐPT Miền Thiện Minh. Khó có thể hình dung được trọn vẹn tinh thần cống hiến, phục vụ Tổ chức của người Huynh trưởng mà nay lưng đã còng, tóc ngả màu sương, đôi tay gầy guộc. Bóng dáng anh trở nên quen thuộc trong những trại họp bạn, trại huấn luyện hay các khóa Hội thảo, những kỳ Đại hội của Tổ chức. Dù nay đã tròm trèm tuổi tám mươi, Anh vẫn hăng say với nhiệm vụ, với những kế hoạch trước mặt và cho biết tường tận về đơn vị mới thành lập ở vùng Tacoma này. Tiếc vì thời gian eo hẹp, chỉ ngót 20 phút gặp gỡ trước khi lên đường xuôi Nam, chúng tôi không làm gì khác hơn là hứa hẹn cùng Anh, nay mai có cơ hội thăm chùa Từ Tâm, lễ Phật, thăm Thầy và gặp gỡ đơn vị tân lập tại đây mà duyên tương ngộ đã được người Huynh trưởng lão thành này ghi dấu. Khi chia tay, anh Tâm Đẳng còn bày tỏ sự nhiệt thành tin tưởng, với sự nâng đỡ tận tình của TT Phước Tấn và nhà chùa, đơn vị sẽ được hình thành trong thời gian không xa nữa. Tôi lắng nghe với lòng cảm phục, rồi chợt nảy sinh thiện cảm. Trên đường ra phi trường trở về Cali, tôi phát tâm chia sẻ chút tịnh tài vừa mới nhận được. Dù không nhiều nhưng đóng góp nhũn nhặn này cũng đủ góp thêm cho đơn vị mới vài bộ đồng phục, năm ba huy hiệu hoa sen cho các đoàn sinh chân ướt chân ráo nhập bầy.

Nhiệt tâm cũng như nức lòng cống hiến của thế hệ Tâm Đẳng, ai chẳng ngưỡng mộ, trân trọng. Nhưng, bên cạnh đó là những thôi thúc của nhu cầu phát triển của tổ chức trước sự thay đổi về nhiều mặt trong ngoài tại một xã hội mang nhiều dị biệt với xã hội nước nhà nhất là vào thời gian tổ chức Gia đình Phật tử được khai sinh, đã đặt tổ chức chúng ta trước nhiều vấn đề cần cố gắng giải quyết. Chỉ riêng về mặt nhân sự, vẫn là cần thiết một lớp Huynh trưởng trẻ có năng lực, có kiến thức, đáp ứng được vai trò, nhiệm vụ với giới trẻ đương thời. Ngoài ra, trong kế hoạch, chương trình hành động cũng phải có những thay đổi, cải biến sao cho thích ứng.

Điều này, lại cho tôi nhiều hy vọng khi đến thăm đơn vị Liên Hoa, và được giới thiệu một em Huynh trưởng tập sự, khoảng 30 tuổi, có hai đứa con đã gia nhập đơn vị. Em tình nguyện làm Huynh trưởng! Oai chưa! Với tôi, đây là đối tượng mà chúng ta cần phải nhắm tới trong tình trạng thiếu hụt Huynh trưởng cầm đoàn như hiện nay. Có thể nghĩ những bậc phụ huynh đều có ý thức rõ rệt khi đưa con em gia nhập Tổ chức và mong muốn con cái mình lớn lên còn giữ được những nét đẹp văn hóa và đạo đức của tinh thần Phật giáo và nước nhà. Dù thấy em chưa mang huy hiệu hoa sen trắng, chưa có bảng tên, và dường như đơn vị Liên Hoa vừa hồi sinh sau một thời gian gặp khó khăn, tôi vẫn tin tưởng rằng, rồi đây, người Huynh trưởng tập sự này sẽ hăng hái tham dự các Trại huấn luyện, học hỏi thêm về sinh hoạt của Tổ chức, và để từ đó sẽ có những đóng góp hữu hiệu cho sinh hoạt của tổ chức không chỉ giới hạn trong phạm vi địa phương.

Tôi cũng rất tin tưởng, trường hợp của người tân Huynh trưởng trẻ tuổi trên sẽ tìm thấy tại nhiều nơi, trong nhiều đơn vị để cho đoàn thể chúng ta có cơ hội thăng tiến trên đường phục vụ lợi ích quần sanh.

Hân hoan với suy nghĩ của mình, trong một lúc lại có thêm hai hình ảnh hiện về rõ nét với tôi. Vừa rồi, Anh – một Huynh trưởng – đã dành nguyên một tháng trời để bay từ Dallas về San Jose tham dự một khóa thiền Tuệ minh sát (vipasana). Tôi cũng có chút kinh nghiệm về việc tu thiền nên thấy không phải ai cũng dễ dàng làm được. Trước hết, phải có sự QUYẾT TÂM, dám bỏ công việc, dám xa gia đình, mới đi được, chưa kể, tốn công, tốn của khá nhiều.

Thứ đến, lại phải có sự THÍCH THÚ đúng mức, mới có thể ngồi yên gần 10 tiếng đồng hồ mỗi ngày, ròng rã một tháng, trầm tư mặc tưởng, bỏ ngoài tai mọi chuyện thị phi, náo nhiệt của thế gian. Cũng không đơn giản khi thực hành thiền tọa. Chân tréo ngồi yên, giữ lưng thẳng, theo dõi hơi thở ra vào chính là lúc tâm tư nổi sóng nhiều hơn, mạnh hơn. Nếu tâm không bền, chí không vững thì chỉ cần vài ngày là "bứt" ngay! Nhận được tin, tôi liền gởi text hỏi thăm, khuyến khích "bạn đồng hành" bền chí, thoải mái thực tập. Anh yên lặng, không hồi âm. Tôi cũng mặc nhiên "biết" mọi chuyện đang diễn ra từng ngày, từng giờ trong không gian và thời gian đó. Cho đến ngày cuối, mãn khóa tu, nhận được text trả lời: cám ơn Thầy, con xong rồi, nhưng thời giờ không tiện vì con phải "bay" về "chốn cũ" chiều nay rồi, nên Thầy hoan hỷ, cho con ghé thăm vào dịp khác. Có ghé thăm nhau hay không đâu phải là vấn đề, miễn Anh đã gặp mọi thuận duyên, trở về với chính mình trong an vui, là tôi cũng thấy vui rồi. Cả hai chúng tôi đều có niềm vui. Và chính nhờ Niềm Vui mà người Huynh trưởng yên lòng tiến bước, ngày qua ngày, với lý tưởng trên vai, niềm an lạc trong lòng.

Khoảng 2 tháng sau, gặp lại nhau trong một Trại Hè khác, trên dãy Rockies Mountains, tay bắt mặt mừng, chúng tôi đã có dịp hàn huyên bên dòng suối nhỏ. Thật rất vui khi nghe Anh kể chuyện thực tập thiền quán với các truyền thống khác nhau. Chẳng phải từ sau những giờ khổ luyện tĩnh lặng với nội tâm, giờ đây, Anh tỏ ra nhìn sâu, hiểu rõ hơn khi nói về những tảng đá đang nằm yên bên bờ suối. Anh cũng quan tâm đến sự cần thiết của việc giữ gìn môi trường sống, môi sinh nghĩa là thế giới của mọi loài sinh vật chung quanh. Con người, giờ đây, cần ý thức đúng mức về sự tôn trọng sự sống và quyền sống không chỉ của riêng mình.

Anh nói rất đúng, tu tập chính là sống tỉnh thức và biết được những hậu quả của những việc chúng ta làm trong đời sống hàng ngày. Do đó, khi người Huynh trưởng phát tâm thọ Thập Thiện giới của người Phật tử tại gia là lúc người Huynh trưởng sống với thái độ tích cực, hăng hái, muốn đem tấm lòng của mình nuôi dưỡng tâm Bồ đề cho vững chắc, và góp sức làm cho cuộc đời bớt khổ. Khi giữ giới không trộm cướp, chúng ta đã bảo vệ chính mình, không gây nghiệp xấu để sau này phải chịu cảnh cùng quẫn. Hơn nữa, với tinh thần nhập thế, đem Đạo vào đời, chúng ta nỗ lực làm việc bố thí, ban cho tình thương, cống hiến niềm vui, kể cả những nụ cười tươi mát trong những ngày giờ sinh hoạt với đơn vị của mình. Từ đó, hình ảnh người Huynh trưởng áo lam GĐPT sẽ là những hình ảnh đẹp giữa đời sống, trong lòng xã hội hôm nay.

Hình ảnh thứ hai là Chị Huynh trưởng, còn ở tuổi trung niên, hăng hái cầm còi, tháo vát nhiều mặt với một niềm tin vững chãi là quyết "lo cho đàn em" với tất cả sức lực, năng lực của mình. Đức tính hy sinh, nhẫn nại như vậy thật hiếm thấy. Xong với công tác trại Hè, chị tính tới chương trình dẫn một số phụ huynh, đoàn sinh đi ngoạn cảnh Yosemite giúp cho mọi người nghỉ ngơi thoải mái trong không gian thiên nhiên tĩnh lặng. Trở lại đơn vị, lại tham gia tu học với Đạo tràng, nghiêm chỉnh ngồi yên, lắng đọng tâm tư nghe từng lời giảng dạy… Nhìn Chị, ta cảm tưởng đó là một chân hành giả thứ thiệt! Không có đâu, chị cũng cười giỡn với các em, gần gũi với phụ huynh, những bạn bè trong Ban Huynh trưởng, nhưng khi tu học thì, chuyển qua thế tĩnh, biết cách ngồi yên, trở về với hơi thở chánh niệm…

Ngoài ra, Chị không thiếu những sáng kiến độc đáo mà cốt yếu, là giúp cho các em Đoàn sinh được thoải mái, không bị bó buộc quá mức trong khuôn khổ, trái lại, còn được gần gũi với nhau trong buổi Movie Night ở chùa, ăn cơm chay, tập làm bánh, vui thật là vui.

Tháng sau, trong kế hoạch làm sạch thành phố, khu vực, Chị lại lên tiếng kêu gọi, điều động các em Đoàn sinh ngành thiếu tham gia với Cộng đồng. Trong buổi lễ khánh thành một trạm Cứu Hỏa có sự tham dự đông đảo của giới chức chính quyền quận hạt, chúng ta nghe được, không thiếu những lời khen ngợi, tán dương các Huynh trưởng và đoàn sinh GĐPT của chúng ta. Người Mỹ bản xứ thật sự hâm mộ và có cảm tình sâu đậm khi thấy các em Đoàn sinh GĐPT có mặt, hăng hái góp sức vào những công tác giáo dục, xã hội tại địa phương.

Những Huynh trưởng lòng đầy nhiệt huyết, với sự tin tưởng sâu sắc vào Phật pháp, vào công phu tu tập để nuôi dưỡng đạo tâm cho thuần thục, thì chắc chắn sẽ là những nhân tố quý báu nhất cho sự xây dựng, phát triển tổ chức. Mong thay!

Tương lai tổ chức chúng ta sẽ tùy thuộc, phần lớn, vào sự cống hiến của lớp người đầy ý thức này và niềm tin tưởng của chúng ta vào viễn tượng lạc quan của tổ chức thêm vững bền khi có sự dấn thân thực sự của lớp người có trách nhiệm đó.

RỪNG THÔNG
VỌNG TIẾNG LAM HIỀN

Trời Tây Bắc hôm nay bỗng chan hòa tình Lam muôn thuở của những trại sinh trại họp bạn Lam Viên, quy tụ trên 300 lam viên của các đơn vị GĐPT vùng Tây Bắc và Canada.

Hình ảnh những cây thông đứng thẳng bên nhau giúp chúng tôi liên tưởng đến tinh thần đoàn kết như keo sơn gắn bó của những đoàn viên áo Lam khắp nơi. Huynh trưởng cấp Dũng của tổ chức, Nguyên Siêu Trương Phán, tuổi 80, chân hơi yếu, chống gậy đến với đàn em, bên cạnh có hơn 150 em đoàn sinh ngành Oanh xếp hàng ngay ngắn bên nhau, khoảng giữa là ngành Thanh, ngành Thiếu, và tập thể Huynh trưởng từ các vùng phụ cận Seattle và các tiểu bang Florida, Utah, California… cùng cất cao tiếng hát của Trại ca Trại Lam Viên: Kề vai nhau cùng nhau tiến bước. Đường đi lên hạnh phúc vô bờ… Ta về đây núi rừng Tây Bắc. Áo lam hiền xây dựng yêu thương… hòa theo lời kinh của chư Tôn đức, tạo nên một khung cảnh linh thiêng, trầm lắng giữa núi rừng cao rộng với thiên nhiên mở cửa đón chào nhà Lam về đây hội tụ.

Tính đến nay, sau hơn 60 năm từ ngày thành lập, tổ chức GĐPT có mặt khắp năm châu, đem lại niềm tin cho tuổi trẻ, hy vọng cho gia đình, xã hội. Và chúng tôi, cất cao lời thệ nguyện: nguyện giữ mình trong chánh niệm, sống đời an vui, nhằm đem Đạo vào Đời, làm cho nhân sinh bớt khổ, thêm vui.

Bữa cơm thân mật trong tình thầy trò, nghĩa đệ huynh cũng giúp tôi ấm lại cõi lòng, sau gần 20 năm mới có dịp trở lại nơi đây.

Nhìn các trại sinh xếp hàng lấy phần cơm, trong đó có một em tóc quăn, da trắng trong thật dễ thương, hồn nhiên. Dường như chất Phật đã hòa vào trong dòng máu Người của em, làm thành một sản phẩm vừa Đẹp, vừa Hiền trong một khung cảnh quá nên thơ, đầy thú vị, nơi giáp giới giữa hai quốc gia Mỹ, Gia nã đại này. Tôi hơi hiếu kỳ, nên theo dõi hành động của em, giữa bạn bè, em không thấy mình khác với những bạn Lam khác, em chấp nhận mình là một thành phần của đại gia đình Lam, được khai sinh ở xứ Việt, nay trưởng thành nơi đất Mỹ. Phải chăng, khi có khả năng HOÀ NHẬP, mình bớt đi những phân biệt không cần thiết để có thể hòa mình trong đại thể của nhân sinh.

Từ nhận xét đó, tôi cũng có một cơ duyên đặc biệt khác, để ngồi yên lắng nghe từng lời, từng ý của một buổi tâm tình sau đó ngay ở đất Trại của một số Huynh trưởng đại diện các đơn vi tham dự. Như là một buổi trùng phùng sau lần thất lạc, mất nhau, tưởng không thể nào còn gặp lại! Có Anh cho biết, lòng thật nghẹn ngào, vui sướng khi trại họp bạn Lam Viên thành hình sau gần hai năm chuẩn bị. Có Chị cho hay, những ý kiến của người vừa nói cũng là mơ ước của Chị: có cơ hội ngồi lại với nhau trong tình Lam thân yêu để làm Đẹp tổ chức, nuôi dưỡng niềm tin cho Tuổi trẻ…

Cuối cùng, sau gần 1 giờ đồng hồ chia sẻ, mọi người đều mong ước có được Vận hội mới cho một Trại Họp Bạn GĐPT toàn miền Tây Hoa Kỳ, kết hợp các Lam viên của các tiểu bang đang sinh hoạt gần bờ biển Thái Bình Dương. Ai mơ, ai thật, chỉ có Trời cao lồng lộng chứng giám tấm lòng thành. Xin Hộ pháp gia hộ cho chúng con gặp được thuận duyên tìm đến với nhau với trọn vẹn Thương Yêu, đậm màu Đoàn Kết!

Rời đất Trại trong bồi hồi, thương cảm, lòng tôi thật lệ làng, đầy hy vọng với những con Tim còn đầy nhiệt huyết, với những bạn Lam, dù mới quen nhưng niềm Cảm Thông thật đậm đà, tràn lòng quý mến.

TIỂU HÒA, ĐẠI HÒA

Năm nay, Chánh Hòa lên năm tuổi, đúng vào dịp chùa Phổ Từ làm lễ khánh thành, đánh dấu một đoạn đường xây dựng đạo tràng. Đây là niềm vui chung cho tất cả chúng ta, cùng có niềm tin vào Phật pháp, cùng góp bàn tay xây dựng cho một lý tưởng sáng ngời suốt mấy thập niên qua.

Nhân đây, tôi xin được chia sẻ với quý Anh Chị và đoàn sinh Chánh Hòa một vài suy tư trong dịp đặc biệt này. Xin được nói lời chân thật, trong nghĩa thân thương. Chúng ta THẬT SỰ muốn gì? Muốn làm loạn, phá chùa hay muốn tìm mọi cách hàn gắn đau thương, làm đẹp Đạo thơm Đời? Muốn tạo nghiệp tam đồ, khư khư với bản tánh cố chấp hay cố gắng quên mình, cá nhân nhỏ bé mà hòa nhập vào tập thể thân thương của tình Lam ngời sáng. Muốn có niềm vui sau một ngày sinh hoạt với Đơn Vị hay mang nặng buồn phiền trở lại gia đình, làm khổ người thân? Không ít chúng ta quên mấy câu hỏi này, những câu hỏi giúp chúng ta phần nào THẤY được chính mình, ít nhiều BIẾT mình muốn gì.

Dưới mái chùa chung, chúng ta cùng vui sống trong tình đạo, nghĩa đời. Từ lúc Chánh Hòa ra đời, chúng ta đã khẳng định con đường của mình, lấy đức HÒA làm hướng tiến và niềm VUI làm tiếng reo cho đơn vị. Lẽ đó, tôi xin mời quý Anh Chị ôn lại hai điều: tiểu hòa và đại hòa.

Tôi xin giải thích theo một câu trong kinh Phật, là: Nội cần khắc niệm chi công, Ngoại hoằng bất tranh chi đức. Bất tranh là không tranh cãi, là hòa thuận với mình và người. Đây cũng mang ý nghĩa lục hòa trong tinh thần Phật giáo.

Tiểu Hòa là hòa với người chung quanh
Đại Hòa là hòa với chính mình.

Có thể tôi lý luận hơi ngược đời, trái với suy nghĩ thường tình. Đáng lý, cái lớn phải nhìn ra ngoài để thấy với địa vị, danh xưng lớn lao và cái nhỏ là cá nhân của một đoàn viên áo Lam trong tổ chức có chiều dài lịch sử qua mấy thập niên. Nhưng không, lấy cái nhìn Phật pháp để làm tiêu chuẩn quán chiếu thì, tôi thấy phải bắt đầu từ trong tâm của mình, sau đó, mới đến vũ trụ bao la bên ngoài. Và đây cũng là một kỷ niệm quý báu mà tôi nhớ mãi trong lòng với niềm trân trọng biết ơn. Hình ảnh của một anh Huynh trưởng GĐPT trong trại họp bạn toàn tỉnh ở chùa Linh Mụ ngày nào, kể câu chuyện và nhắc cho tôi câu nói: Không phải tôi là người nghịch hướng mà chính anh là kẻ xuôi chiều, đã theo tôi suốt đoạn đường dài trên bốn chục năm nay. Mong rằng, chúng ta luôn lấy tâm Đạo mà làm việc Đời, thì công việc giáo dục tuổi trẻ trước mắt mà quý Anh Chị đã, đang và sẽ theo đuổi sẽ THẬT SỰ mang ý nghĩa làm đẹp Đạo, thơm Đời. Công đức từ đó phát sinh và quý Anh Chị Huynh trưởng cũng hoàn thành được tâm nguyện cao quý của mình. Tôi xin phát nguyện luôn luôn đứng bên cạnh (và sau lưng) để hỗ trợ tinh thần cho quý Anh Chị và cùng góp một bàn tay nhỏ bé để xây dựng đơn vị Chánh Hòa ngày một phát triển, về lượng cũng như về phẩm.

Thành thật cầu chúc quý Anh Chị và các em Đoàn sinh, cùng quý Phụ huynh Chánh Hòa một mùa Chu Niên có nhiều niềm vui, thêm an lành, tăng sức khỏe.

Nam mô Công đức Lâm Bồ Tát Ma ha tát.

THỬ ĐỀ NGHỊ MỘT HƯỚNG ĐI

Năm nay, đoàn thể Áo Lam của chúng ta lại có dịp họp mặt, quy tụ bên nhau trong công việc xây dựng và hoàn thiện tổ chức. Nhân Đại hội Huynh Trưởng lần thứ X tổ chức tại Trung tâm Viên Minh, tiểu bang Oklahoma với chủ đề "Gia Đình Phật Tử: Bốn mươi năm nhìn lại và Hướng tiến Tương lai", tôi mạn phép được đóng góp vài suy nghĩ dưới đây về phần thứ nhì của đề tài là tìm kiếm một hướng đi cho tổ chức GĐPT Việt Nam tại Hoa Kỳ đồng thời nói lên mối ưu tư chung của chúng ta -không phải của riêng mình- về những nỗ lực cần thiết cho sự phát triển của tổ chức.

Trước hết, chúng ta đều hiểu rằng trong hoạt động về mọi mặt của xã hội, nhu cầu tâm lý chung của mọi người là mong muốn có THAY ĐỔI. Đúng hơn, chúng ta muốn nói đến sự thay đổi có thực chất, mang lại tiến bộ, tạo điều kiện thăng tiến, được mệnh danh là CẢI TIẾN. CẢI TIẾN là điều kiện để tồn tại và phát triển. Lịch sử cho thấy tiến trình hoạt động của bất cứ tổ chức nào muốn đạt được hiệu quả đều tùy thuộc vào công cuộc CẢI TIẾN đúng lúc nhằm đáp ứng được đòi hỏi của tình thế, thanh thỏa được khát vọng của đối tượng là giới trẻ cũng như giảm thiểu được những khó khăn do hoàn cảnh mang lại.

Ngay cả, không riêng ở Hoa Kỳ, luật pháp có thể được canh cải (modify), hiến pháp có thể được tu chính (amend) cho phù hợp với nhu cầu, với lợi ích của con người, tập thể, xã hội. Cải tiến trở thành nhu cầu tất yếu và thường xuyên trong mọi tổ chức, mọi định chế. Do đó, đoàn thể của chúng ta cũng không là ngoại lệ. Hơn nữa, công cuộc cải tiến cần được thực thi trong cơ cấu các cấp của tổ chức, trong hoạt động về mọi mặt và đáng chú ý hơn, cần trở nên một tinh thần vững chắc thúc đẩy hướng đi của tổ chức và phát triển thêm sự cảm thông, gắn bó giữa mọi thành phần.

Trong tinh thần nêu trên, tôi xin đề nghị một số điểm như sau.

1. Tái xác lập tinh thần Gia đình: Tổ chức GĐPT chúng ta là một tổ chức giáo dục lấy tinh thần Phật giáo làm chỉ nam rèn luyện, và hành động. Về mặt tổ chức, mọi thành phần chúng ta quy tụ trong tình tương thân và liên đới, biết tôn trọng nhau, thương yêu nhau, có kẻ trên, người dưới, đùm bọc lẫn nhau tương tự trong một gia đình huyết thống. Tổ chức như trên gần gũi với giá trị truyền thống, theo đó, xây dựng và kết hợp kinh nghiệm của tuổi tác với năng lực hoạt động, giữa tuổi đời với tuổi trong đoàn thể.

Danh xưng Gia đình còn bao hàm ý nghĩa của mối tương quan và vai trò người đảm trách. Chẳng hạn, trong đơn vị cấp cơ sở, chúng ta không xa lạ gì với vai trò, vị thế của Bác Gia trưởng là người thường được xem có vai vế như một trưởng thượng. Cao niên tính theo niên tuế và thâm niên trong tổ chức nên người Gia Trưởng cần được đối đãi theo tập quán và phong tục dành cho một vị tôn trưởng. Như thế, danh hiệu Gia đình Phật tử không đơn thuần là danh xưng của một tổ chức có hệ cấp mà chính sự tương kính, tương thân giữa mọi phần tử mới đem lại ý nghĩa đầy đủ cho danh hiệu của tổ chức chúng ta.

Mặt khác, tinh thần của một gia đình cần được phát triển đầy đủ hơn trong tương quan giữa các thành phần. Trong buổi họp hay thư từ giao tiếp, người Huynh trưởng cần giữ gìn lời ăn tiếng nói, từ tốn, hòa nhã. Mình không tôn trọng người trên, thì làm sao đòi hỏi người dưới tôn trọng mình.

Tinh thần gia đình cũng đòi hỏi các Huynh trưởng nam nữ ở vào vị thế anh, chị các em đoàn sinh không chỉ trong thời gian hướng dẫn sinh hoạt, học tập hay các hoạt động khác. Người Huynh trưởng cần có tình cảm, tâm hồn của người anh, người chị trong gia đình. Biết thương yêu, che chở, làm gương cho các em và không nên quên rằng ý thức phục vụ trên là nội dung ý nghĩa của danh xưng Gia Đình của tổ chức.

2. Kiện toàn việc tu học của giới Huynh trưởng. Tinh thần cải tiến bao gồm mọi lãnh vực nên việc xây dựng và rèn luyện con người trong đó có việc tu học Phật pháp dành cho hàng Huynh trưởng vẫn là công việc quan trọng, cấp thiết. Phần Nội minh trong Ngũ minh pháp, cần phải được lưu tâm đúng mức và khai triển có chương trình, phương pháp. Thiếu tu học, người Huynh trưởng sẽ thiếu vững vàng, dễ bị lạc đường, sai hướng, đánh mất bản chất cao quý và tâm nguyện trong sáng của mình. Đừng để tình trạng "một con sâu làm rầu nồi canh" gây phương hại đến Tổ chức. Mặc dầu vấn để trên còn giới hạn và đơn lẻ nhưng chúng ta cần lưu tâm tìm hiểu kỹ lưỡng và toàn diện nguyên nhân, động lực hầu tránh việc tiếp diễn hay tái diễn.

3. Hỗ trợ Liên đoàn trưởng: Tổ chức GĐPT phân thành 3 cấp, mỗi cấp có phần hành và trách nhiệm nhưng không biệt lập mà trái lại có tính cách hỗ tương. Riêng tổ chức cấp cơ sở tại địa phương giữ vai trò rất quan trọng mang tính chất thực tế do hoạt động thường xuyên và đều đặn của từng đơn vị. Đơn vị địa phương là môi trường thu hút, quy tụ, tổ chức, huấn luyện, đào tạo đoàn sinh nghĩa là những nhân tố ban sơ của tổ chức. Đơn vị cơ sở ấy cũng là nơi thực tập ban đầu của thành phần Huynh trưởng và cũng là thí điểm thực nghiệm những phương thức sinh hoạt, những mô hình rèn luyện nằm trong hoài bão thiết tha của những người hữu trách. Công việc trên đặt nặng trên vai Ban Huynh trưởng và Liên đoàn trưởng là người thay mặt và có trách nhiệm tổng quát.

Do đó, việc yểm trợ Ban Huynh trưởng và Liên đoàn trưởng được đặt ra chính là để giúp những người có trách nhiệm có thể chu toàn và nâng cao hiệu năng của công việc. Ở đây, tôi chỉ muốn nhấn mạnh cách thức làm việc giúp anh chị Liên đoàn trưởng làm việc hiệu quả hơn. Đó là việc xử dụng kỹ thuật truyền thông khi cần tham khảo ý kiến hay trao đổi kinh nghiệm, phương hướng giải quyết trong một số trường hợp cần đến sự giúp đỡ. Kinh nghiệm giữa những người cùng giữ nhiệm vụ, trách nhiệm như nhau sẽ giúp giải quyết vấn đề dễ dàng hơn và như thế giảm thiểu được thời gian dành cho việc đạo đạt lên cấp cao những khó khăn để nhận sự hướng dẫn hay cần phải qua thủ tục thảo luận, biểu quyết.

Thực tế, tại nhiều nơi, nhiều xứ, những tổ chức tương tự của những người hoạt động trong lãnh vực công hay tư đều đã hình thành mà mục đích không chỉ nhằm bảo vệ hay duy trì quyền lợi hay ảnh hưởng của những người hoạt động trong cùng giới.

Tin tưởng vào những kinh nghiệm hữu hiệu trong việc kết hợp để hành động tại nhiều xứ, nhiều nơi, tôi thành thật kỳ vọng nơi những nỗ lực nhằm mục đích tương tự trong giới Huynh trưởng như là cách huy động tiềm năng quý báu của tổ chức chúng ta.

4. Tìm kiếm thêm nhân sự cho Tổ chức: Sự thiếu hụt Huynh trưởng trầm trọng là điều báo động với chúng ta từ bấy lâu nay. Chúng ta đã và đang làm gì cho vấn đề này? Công việc tiến hành ra sao? Xin Đại hội hãy mạnh dạn bàn thảo và tìm cách tiếp tục giải

quyết. Riêng tôi, xin có mấy để nghị dưới đây:

a. Mỗi Đơn vị ở địa phương có thể tổ chức ngày Hội Ngộ Tình Lam để "giữ chân" những Huynh trưởng và Đoàn sinh đã rời đoàn vì nhiều lý do, đi học xa hay công ăn việc làm, nên trở lại thăm Đơn vị khi có cơ hội thuận tiện.

Ít ra, những cuộc gặp gỡ như thế sẽ hâm nóng lại tình cảm đối với đơn vị cũ và có thể đem đến thiện duyên tái lập tương quan dù không được thường xuyên.

b. Ở cấp Miền, có thể tổ chức ngày Hội ngộ Lam viên để tìm kiếm thêm nhân sự cho Tổ chức. Rộng rãi và trong thân tình kêu gọi các Huynh trưởng thuộc các Miền khác đang cư trú tại Miền mình nên đến Sinh Hoạt với Đơn vị nào thuận tiện để nối kết tình Lam và giữ vững Tổ chức. Hoặc mời thành phần này đóng góp vào các dự án cấp thời (project) của đơn vị cũng là một cách nuôi dưỡng những khả năng, thiện chí tốt.

c. Ở cấp Trung ương, lập kế hoạch tìm kiếm những Huynh trưởng và Đoàn sinh KHÔNG còn sinh hoạt, quy tụ thành một tổ chức riêng, và giới thiệu đến các Đơn vị tại địa phương. Những nhóm này có thể sinh hoạt và điều hành theo cung cách một hội ái hữu như Hội Ái hữu Cựu Sinh viên chẳng hạn (Alumni club). Nghĩ mà thấy buồn! Tôi ra trường năm 1985, đến nay đại học San Francsico State vẫn còn liên lạc và tôi tiếp tục ủng hộ nhà trường. Còn về tổ chức chúng ta, con số không nhỏ những huynh trưởng từng qua các trại A Dục – Lộc Uyển từ 30 năm nay KHÔNG còn liên hệ, mất liên lạc với Tổ chức? Có thể lên đến hằng trăm, hằng ngàn phải không? Đó là nguồn nhân lực, tài nguyên rất lớn hiện nằm ngoài tầm tay chúng ta!

Thưa quý Anh chị Huynh trưởng,

Mấy ý kiến thô thiển vừa trình bày cũng là tấm chân tình với Tổ chức bộc bạch cùng quý Anh Chị. Hướng tiến Tương lai của Tổ chức chúng ta tùy thuộc vào chúng ta, vào các thế hệ tiếp nối và cả những trợ duyên cần thiết cho điều mà chúng ta thiết tha hoài bão.

Trong cuộc hành trình cống hiến cho lợi ích chung, dù gặp lúc thuận lợi hay trong cơn thử thách, tôi vẫn nghĩ điều quan trọng hơn cả là giữ vững được niềm tin, sự trông cậy vào tập thể, không phân biệt Huynh trưởng hay đoàn sinh, trong hay ngoài tổ chức, đã và đang nhẫn nại cống hiến hay đóng góp dưới nhiều hình thức cho sự thăng tiến xã hội và những giá trị nhân bản.

Hôm qua, tôi đi thăm một anh Huynh trưởng ở độ tuổi sáu mươi đang nằm trên giường bệnh. Anh nằm bất động, vẻ mặt thanh thản sau cơn trụy tim (heart attack) và đang được điều trị đúng mức. Đã qua cơn hiểm nghèo, gia đình cũng tạm yên dạ. Anh từng là Huynh trưởng cầm Đoàn, cầm còi hăng say trên đất trại trong mấy thập niên, làm Gia trưởng, sinh hoạt với mọi ngành với năng lực sung mãn. Nhưng khoảng mươi năm trở lại, anh phó thác hết công việc cho lớp Huynh trưởng trẻ, năng động, còn mình thì tìm vui bên chiếc máy chụp hình, đi đâu cũng cười, gặp chuyện gì cũng vui… Có thể nhờ vậy mà nét mặt, tâm hồn anh giờ này vẫn an nhiên, thanh thản. Điều có ý nghĩa nữa là một đơn vị ở địa phương đã thỉnh chư Tăng lập đàn Dược sư cầu an cho anh suốt một tuần lễ.

Câu chuyện về anh khiến tôi không khỏi liên tưởng đến sự vận hành của vạn pháp, lẽ thịnh suy hưng vong của tạo vật trong đó hẳn có sự tồn tại và tương lai của mỗi người, của tổ chức thân yêu mà chúng ta hằng thiết tha trông đợi. Chúng ta biết cống hiến nhiệt thành và trọn vẹn cho sự nghiệp liên quan đến lợi ích chung nhưng chúng ta cũng hiểu quy luật chung khi biết dừng lại cho việc an bài cho mình một tâm hồn chẳng vọng cầu, biết ung dung thích thản với những điều đạt được.

Mấy lời thô thiển bộc bạch cùng quý Anh chị Huynh trưởng về

tham dự Đại hội kỳ này. Chắc chắn, trong Đại hội sẽ còn nhiều ý kiến, những cơ hội thảo luận để chúng ta đi sâu vào chi tiết.

Kính chúc quý Anh Chị đi đường bình an, về họp mặt trong tình Lam thân thương muôn thuở.

THƯ GỞI
ANH QUẢNG QUÝ
HUỲNH KIM LÂN:
BAN HÀM THỤ
TRẠI VẠN HẠNH

Nam Mô A Di Đà Phật,

Thưa anh Quảng Quý (Huỳnh Kim Lân): Ban Hàm Thụ Trại Vạn Hạnh,

Nhân dịp năm mới, xin chúc Anh được nhiều sức khỏe, an vui để tiếp tục có nhiều cống hiến cho đoàn thể chúng ta. Theo lời yêu cầu của Anh, tôi đã đọc các bài Hàm Thụ của các Chúng. Tôi xin trình bày ý kiến riêng về thái độ và tinh thần học hỏi của các thành phần tham dự và nhận xét tổng quát về nội dung những bài đã đọc:

1. Nói chung, các Chúng đều tỏ ra nhiều cố gắng, có thiện chí và tinh thần cầu tiến khi làm bài. Đáng kể là có 2 Chúng đã nắm vững được câu hỏi đưa ra khi nêu lên được những ví dụ cụ thể có liên quan đến sinh hoạt của tổ chức GĐPT chúng ta. Hơn nữa, có

Chúng nêu lên vấn đề THỰC TẬP trong đời sống hàng ngày và kết quả của nó. Như vậy, qua bài làm, một số Chúng đã có ý thức rõ rệt về sự kết hợp chặt chẽ giữa học và hành, giữa lý thuyết với sự ứng dụng cần thiết trong cuộc sống. Và, theo tôi nghĩ, đây mới là điều mong mỏi và là mục đích tối hậu của việc tu học là sự chuyển hóa bản thân. Do đó, tôi nghĩ rằng anh cũng đồng ý với tôi về tiêu chuẩn để ghi nhận và đánh giá thành quả cố gắng của các thành phần tham dự.

2. Sau đây, trong tinh thần "kiến hòa đồng giải". Tôi cũng xin phát biểu vài nhận định chung về nội dung bài làm:

a- Điều đáng lưu ý là ngoài tài liệu học tập cơ bản, các Chúng đã tham khảo thêm một số bài viết về Kinh Kim Cang khiến cho đề tài được mở rộng, nội dung bài viết thêm phong phú tuy rằng còn thu gọn về mặt lý thuyết. Điều làm tôi phấn khởi hơn cả, đó là, có Chúng đã thấy được sự liên quan giữa các danh từ Lý và Sự, hay Chân đế và Tục đế, đó là cách thức để hiểu Kinh Kim Cang từ cạn đến sâu, từ tương đối đến tuyệt đối.

b- Có Chúng còn nêu lên ý nghĩ, nếu đã thấu triệt Kinh Kim Cang nghĩa là tiến tới sự phá chấp triệt để, thì tại sao chúng ta không dám NẠP cho Ban Hàm Thụ 10 tờ giấy trắng thôi! Tôi nghĩ, đó là cách suy nghĩ cá nhân và được biểu lộ bằng một hình thức cực đoan nằm ngoài phạm vi một cuộc khảo hạch giáo lý. Như vậy, cũng chưa thoát khỏi việc chấp trước! Theo thiển ý là chúng ta hãy trình bày đầy đủ, khúc chiết, chính xác theo đòi hỏi của đề tài và nạp đúng ngày giờ quy định, rồi hãy QUÊN đi những điều đã học đang muốn ràng buộc tâm ta! Thế là đủ. Dù sao, tôi thấy trên đây là một cách suy nghĩ độc lập và thẳng thắn, tạo cơ hội để mọi người lưu tâm hơn đến việc trao đổi hầu tăng cường thông cảm, hiểu biết lẫn nhau.

c- Có Chúng tỏ ra thực tế hơn khi đề nghị mỗi người hãy xây

dựng cho chính mình một nếp sống tích cực, một tác phong làm việc mẫu mực, thể hiện đầy đủ tinh thần phục vụ lợi ích chung của người Huynh trưởng như là cách tốt nhất trong việc thực tập những điều đã học.

Chúng ta cũng rõ đây chính là việc thực hành Bồ tát hạnh giữa cuộc sống tạm bợ này. Nhưng, việc tu thân tùy thuộc vào cơ duyên, khả năng mỗi người nên để nghị nói trên không xa lạ với chúng ta và vẫn nằm trong mục tiêu phấn đấu lâu dài của mỗi người.

d- Có Chúng đã lầm lẫn Tứ tướng với Tứ niệm xứ. Tứ niệm xứ là 4 phạm trù: Thân, thọ, tâm và pháp mà sau này, chúng ta hiểu là quán thân trên thân, quán thọ trên thọ… Còn Tứ tướng là ngã, nhân, chúng sanh và thọ giả.

e- Điều làm tôi lưu ý vì tính chất thiết thực của ý kiến đưa ra là có Chúng đem sự học hỏi về Kinh Kim Cang để PHÂN TÍCH tình trạng phân chia, bất hòa trong tổ chức chúng ta hiện nay. Chúng đó cũng hy vọng rằng sự thấu triệt tinh thần Kinh Kim Cang sẽ là động lực và nền tảng hành động làm giảm thiểu và giải trừ tình trạng phân hóa. Tôi hoàn toàn đồng ý về nhận định can đảm, trung thực này. Phật pháp sẽ giúp chúng ta có Chánh Kiến và sẽ soi sáng mọi suy nghĩ và hành động cần thiết đem lại khoan dung, thông cảm hầu hàn gắn rạn nứt, phân ly trong tổ chức chúng ta.

f- Tóm lại, qua lớp học bậc Lực cho Trại Vạn Hạnh, quý Anh Chị đã trưởng thành về phương diện suy tư, thêm có nhiều kinh nghiệm trong đời sống hàng ngày nên trình bày đầy đủ, khúc chiết chứng tỏ thiện chí tu tập của mỗi người. Như đã thưa ở trên, một vài Chúng còn tỏ rõ mối quan tâm thường xuyên đến hiện tình của Tổ chức khi dựa vào giáo lý tu học để tìm hiểu nguyên nhân gây nên tình trạng phân hóa hiện tại nghĩa là dùng ánh sáng nhận thức để nhận diện đúng đắn sự kiện.

g- Tôi hy vọng, có Chúng sẽ tìm cách khai triển tinh thần thế, tưởng, dụng nữa thì hay lắm. Như chúng ta đều biết, vạn pháp đều có mối tương quan, tương duyên với nhau. Mình cứ làm điều TỐT thì sẽ tạo thêm điều kiện TỐT cho mọi người chung quanh. Hãy đến với nhau trong tình Anh Em – *trước sau bền vững tình Huynh Đệ này!* Những người cố chấp, bảo thủ, thường là những người cô đơn hơn cả, bị giam hãm bởi chính những điều họ đã được học hỏi nay trở thành quán lệ, định kiến, giáo điều.

Kết Luận: Theo tâm nguyện chung và với tinh thần xây dựng, tôi ước mong các Chúng, một cách thực tế hơn nữa, hãy vận dụng việc tìm hiểu Kinh Kim Cang trong việc phá chấp, thấy được chân tánh và làm lợi cho Tổ chức. Chúng ta hãy thử lấy tinh thần Tu tập Bát Chánh đạo và Lục Hòa để phá trừ ngũ dục thế gian, tức là tài, sắc, danh, thực, thùy, vốn là những yếu tố khiến con người bị lôi cuốn, vướng mắc vào tranh chấp, tạo nên khó khăn, nghi kỵ nhau. Tiến trình tu tập này gồm có 3 nội dung, và chúng ta có thể thực tập trong Trại Vạn Hạnh vào tháng 4 tới đây tại Trung tâm:

1. Bước đầu, khuyến thỉnh Huynh trưởng các cấp phát tâm thọ Thập Thiện giới nhằm bày tỏ lòng tha thiết muốn cầu giới tu tập và việc này có ý nghĩa tiến thêm một bước trong việc xác định con đường tu tập.

2. Đề nghị đặt trọng tâm quán chiếu vào năm thứ dục lạc trong đó yếu tố DANH là chính yếu. Hiện tình cho thấy vấn đề Danh đã chi phối và ảnh hưởng không nhỏ đến tinh thần hoạt động chung đồng thời đem lại hậu quả không hay cho tổ chức. Danh phát sinh tâm phân biệt và là nguyên ủy của mọi vọng động phương hại đến tinh thần đoàn kết của một tập thể. Khi chúng ta có ý thức cống hiến, dấn thân PHỤNG SỰ cho xã hội, cho tha nhân thì ở phương vị nào chúng ta cũng sống, làm việc Hài Hòa với nhau.

3. Yêu cầu tất cả Trại Sinh thực tập và thực thi sâu rộng Chánh Niệm và hạnh Lục Hòa trong một ngày trại Vạn Hạnh.

Dùng Chánh niệm làm chủ sáu căn. Gìn giữ ngôn ngữ, thái độ, hành động và cả suy nghĩ không làm tổn thương nhau.

Áp dụng hạnh Lắng Nghe, tập nói lời Ái Ngữ để nuôi dưỡng tình Lam. Cuối ngày, dành một vài giờ thảo luận về để tài thực tập trên và tìm ra kinh nghiệm học hỏi đáng ghi nhận. Thử tìm hiểu trong một ngày tu tập nghiêm túc và thực sự hòa hợp, mỗi người chúng ta có cảm thấy đem lại cảm thông và an vui cho các bạn không?

Tóm lại, là một phần tử trong một đại gia đình, tôi rất hoan hỷ mỗi khi có cơ hội cùng với các Chúng học hỏi, trao đổi với nhau trong cố gắng cùng nhau rèn luyện, tu tập. Chúc quý Anh chị Huynh trưởng được nhiều an vui, tinh tấn.

Mô Phật,

Thích Từ-Lực

THƯ GỞI
ANH QUANG NGỘ
ĐÀO DUY HỮU

Nam Mô A Di Đà Phật,

Thưa Anh Quang-Ngộ Đào Duy Hữu thân mến,

Trước hết, tôi có lời ân cần thăm hỏi Anh và xin cảm ơn Anh đã có nhã ý cho biết về Đại Hội Huynh Trưởng Miền Liễu Quán sắp khai diễn tại chùa Kim Quang. Rất tiếc vì ngày giờ tổ chức Đại Hội lại trùng với lễ Thượng Nguyên tại chùa Phổ Từ và buổi họp đầu tiên của Miền Thiện Minh nên tôi không thể về tham dự như mong muốn. Vậy, xin quý Anh thể tất cho và xin góp lời cầu nguyện Đại Hội được thành tựu viên mãn.

Như Anh cũng rõ, Đại hội Miền diễn ra trong bối cảnh mà ý thức phục vụ và đoàn kết trong tổ chức ngày càng trở nên nhu cầu khẩn thiết, nên dù không có duyên may có mặt tại Đại hội, tôi cũng không ngần ngại xin phép giải bày một số suy nghĩ như sau trong tinh thần Lục hòa, ý hòa đồng duyệt, của tổ chức Gia Đình Phật Tử chúng ta:

1. Thực trạng của Tổ chức hiện nay đòi hỏi người Huynh Trưởng chúng ta, dù ở bất cứ phương vị nào, nên thường xuyên tìm kiếm cơ hội, càng nhiều càng tốt, để nhìn lại, xét lại chính mình trong lãnh vực tu dưỡng bản thân và trong quá trình cá nhân đóng góp vào sự thăng tiến của tổ chức. Công việc xây dựng, đào luyện tiến tới hoàn thiện phẩm chất và khả năng của mỗi cá nhân vẫn vô cùng quan trọng, nhất là trong một tổ chức như tổ chức chúng ta vốn đặt trọng tâm hoạt động vào việc góp phần xây dựng thế hệ trẻ, nghĩa là giáo dục và đào tạo con người trong hướng đi hữu ích cho cộng đồng, cho xã hội. Từ đó, việc nhận ra những nhược điểm cần được chỉnh sửa, những dị biệt cần được san bằng, những rạn nứt cần được hàn gắn, những đổ vỡ cần được tái thiết, sẽ là ý thức cần thiết chung, không chỉ thuộc về những người có trách nhiệm.

Trong suy nghĩ trên, tôi xin đề nghị Miền Liễu Quán về một chương trình Tu Học định kỳ dành cho tập thể Huynh trưởng thuộc Miền, mà theo tôi, vài khóa Tu Học trước đây ở Trung tâm Phổ Trí, Miền đã đạt được kết quả khả quan và đem lại nhiều kinh nghiệm quý báu.

2. Kế đó, chúng ta cần thành thực nhìn nhận rằng, về mặt điều hành tổ chức và hình thái, nội dung sinh hoạt của đoàn thể chúng ta có những điểm cần cải tiến để đáp ứng nhu cầu ngày một đa dạng của đa số đoàn sinh và thích ứng với sự phát triển tính năng động của tổ chức.

Quả thật, tinh thần trọng hình thức đã chi phối và ảnh hưởng sâu rộng đến nội dung các hoạt động sinh hoạt và cả trong lãnh vực tổ chức điều hành của đoàn thể. Riêng, những cải sửa cần thiết đối với hệ thống tổ chức phức tạp, cồng kềnh và những hậu quả bất lợi của nó là điều cần được phân tích, thảo luận thấu đáo.

Trong khuôn khổ thư này, tôi có suy nghĩ ban đầu là cơ cấu tổ chức nên dựa vào nhu cầu thực tế. Một bộ máy gọn nhẹ nhưng thích nghi vẫn có thể đạt được hiệu quả cao như mong muốn.

Mặt khác, cần thay đổi nội dung và hình thái sinh hoạt nhằm đem lại không khí an vui, thoải mái thực sự cho các em, kích thích bản tính ham hoạt động và sáng tạo của giới trẻ mà không vì thế xa rời mục đích giáo dục, tu thân. Công việc này đòi hỏi sáng kiến cộng tác của các giới trong và ngoài đoàn thể có quan tâm đến hoạt động thanh thiếu niên cũng như sự hợp tác của chính các em đoàn sinh.

3. Trong mỗi nhiệm kỳ, ban Huynh Trưởng hữu trách cần lập được một chương trình hoạt động xây dựng trên tinh thần khoa học, hợp lý. Khoa học vì phù hợp với điều kiện, hoàn cảnh, khả năng của cá nhân và tổ chức. Hợp lý vì cân nhắc được nhu cầu của thực tại và tôn trọng công việc mưu sinh và gia đình của mỗi phần tử liên quan. Tóm lại, người Huynh trưởng cần chu toàn trách vụ với gia đình, với cá nhân nhiên hậu mới có thể phục vụ hữu hiệu cho Tổ chức.

4. Tôi rất hoan hỷ khi thấy hai Miền Liễu Quán và Thiện Minh đã có nhiều thiện chí kết hợp được thể hiện trong các kỳ Trại Họp Bạn, trao đổi kinh nghiệm tu học và sinh hoạt giữa các Đơn vị tại miền Bắc California. Hai Miền cũng hai lần gặp mặt ở chùa Phổ Từ để lắng các giáo sư trong ngành giáo dục nói về kinh nghiệm sư phạm. Đó mới là những biểu hiện cần thiết của tinh thần hợp tác trong đoàn kết, thông cảm, bao dung; những bài học sống động của hạnh Lục Hòa.

Thưa Anh,

Theo lời Phật dạy, chính tâm dẫn đầu mọi pháp. Với Tâm lành, Tâm tốt thì thành quả sẽ đơm hoa kết trái, làm đẹp cuộc đời, thăng hoa cuộc sống.

Trong niềm tin yêu sâu đậm, kính chúc Anh và quý Anh chị

Huynh trưởng được nhiều an vui, đầy sức sống để phụng sự Tổ chức.

Thân mến,

Thích Từ-Lực

MÌNH CÓ THỂ LÀM GÌ CHO TỔ CHỨC GĐPT, CHO CÁI ĐẸP, CÁI VUI, CÁI QUÝ BÁU MÀ MÌNH ĐÃ CÓ VỚI NHAU...

A Di Đà Phật,

Anh Quang Ngộ (Hữu) thân mến,

Hôm nay Anh có khỏe không? Cám ơn Anh đã quan tâm, hỏi chi tiết để về tham dự ngày lễ Hiệp Kỵ năm nay. Tôi nhận thư mời của Đoàn Cựu Huynh Trưởng và Đoàn Sinh San Jose cho biết, sẽ tổ chức lễ Hiệp Kỵ chung vào ngày Chủ Nhật, 26-3-2017 ở NPĐ Fremont, từ 8:30 sáng đến 5 giờ chiều.

Vài ngày trước, tôi đọc thư từ trao đổi giữa anh Trần Trung Đạo và anh Tâm Đăng (Pháp). Trong đó, anh Đạo có gởi bài viết, và trong bài viết có bài thơ rất cảm động cho tình Lam chúng ta.

Từ đó, tôi đã có ý, qua bài thơ này, sẽ kêu gọi quý Anh Chị trong các Đoàn Cựu Huynh Trưởng ngồi lại với nhau, CỐ GẮNG thêm lần nữa cho việc kết hợp các Đoàn CHT ở Cali, mà năm vừa rồi, chúng ta đà khởi xướng. Anh Tâm Nghĩa (Đắc) đã gởi cho tôi cuốn DVD quay lại buổi họp ở miền Nam Cali. Kết quả rất phấn khởi, tiếc là sau đó, công việc lại gián đoạn.

Tôi nghĩ, ngày kỵ giỗ là rất LINH THIÊNG cho chúng ta. Trong ngày này, anh em, thân nhân quây quần bên nhau, cúng tế xong, lại ăn cơm, thăm hỏi vui vẻ với nhau, và bỏ qua tất cả mọi buồn phiền, dù có với nhau. Đó là tình Gia Đình thắm thiết. Hơn nữa, qua hình ảnh của anh Tâm Huệ (Cao Chánh Hựu), ai mà không quý mến, cảm phục.

Tôi có chút kỷ niệm với Anh. Trong trại kỷ niệm "50 năm của GĐPT" ở Saratoga, tôi lắng nghe lời phát biểu của anh Tâm Huệ, lúc đó vừa mới qua định cư ở Mỹ, rất hùng hồn, tha thiết. Tôi nghĩ, đúng là phong cách của một Thẩm phán, đúng là tư cách của một Huynh trưởng GĐPT. Tôi rất quý mến Anh, cho đến khi Anh và cô con gái lên thăm thầy Phổ Hòa, ở lại chùa Hayward một đêm.

Đêm đó, như thường lệ, khi có khách đến thăm, tôi thường để chút bánh và dĩa trái cây trên bàn, sợ khách đói bụng giữa đêm mà không biết tìm thức ăn ở đâu. Sáng mai, trong bữa ăn sáng, anh Tâm Huệ nói: Cám ơn Thầy cho con ăn bánh tối qua. Nhưng con ăn nhiều lắm. Lúc trước khi đi Trại, con ăn nửa nồi cơm lận, các Em con không chịu nổi "ông anh lớn xác ăn quá nhiều", Thầy ơi.

Cho đến ngày Anh mất ở San Diego, trong tâm tư, tôi vẫn còn nghe tiếng nói, giọng nói đó. Sao mà quá chân tình, quá thân thiết! Cũng may, chúng ta đã có thể làm Tang Lễ cho Anh, cho thỏa mãn chút tình Lam của mình.

Đến nay đã 9, 10 năm trôi qua. Mình có thể làm gì cho tổ chức GĐPT, cho cái Đẹp, cái Vui, cái Quý Báu mà mình đã có với nhau.

Hy vọng, ngày mai làm lễ, mỗi chúng ta sẽ thắp lên một nén hương lòng tưởng niệm đến ân đức của Tổ Tiên, những vị Tiền Bối hữu công, và đóng góp chút công sức của mình cho Tổ Chức.

Xin hẹn gặp Anh ngày mai ở Fremont. Chúc Anh một ngày an vui.

Mô Phật,

Thích Từ Lực

XIN HỎI BẠCH CƯ SĨ: ĐƯỜNG NÀO VỀ XỨ PHẬT

Anh Tâm Kiểm (Bạch Hoa Mai) thân mến,

Bên ấy, trời trở lạnh, lại có tuyết nữa, Anh có được khỏe không? Hôm có dịp hàn huyên với Anh, đặt máy xuống, từ đó lòng cứ mãi băn khoăn, thao thức. Cảm thông sâu đậm với Anh đã đành mà mong Anh gặp được thiện duyên "ngàn năm một thuở" để hoàn thành tâm nguyện, thanh hóa thân tâm; mong ước ấy lại càng thêm tha thiết.

Hôm nay, tôi viết thư này, trước hết để riêng mình thỏa tấm lòng tri ngộ bấy lâu. Không biết, có bàn tay sắp đặt của hóa công không, chứ Anh, một Huynh trưởng kỳ cựu của tổ chức GĐPT, già dặn kinh nghiệm, nhiệt tâm, nhiệt tình, hăng hái đóng góp cho Tổ chức, đối với tôi là một hình ảnh tuyệt vời, gợi lại một mẫu mực mà tôi tìm thấy khi còn niên thiếu.

Khi ấy, ở tuổi 14 tuổi, tôi sinh hoạt trong đơn vị Lương Văn, Thừa Thiên, với bác Gia trưởng là Bạch Văn Tuần, một người mẫu mực, có vóc dáng một trưởng giả nhiều thiện nghiệp lại thêm tướng mạo phương phi, khiến ban đầu gặp anh, tôi có ít nhiều liên tưởng. Được sự cộng tác hữu hiệu của ban Huynh trưởng, bác

Tuần đã duy trì được sự KẾT HỢP hoạt động chặt chẽ giữa trong và ngoài tổ chức và trở thành gạch nối khó thay thế giữa Khuôn hội địa phương và tổ chức Gia đình Phật tử.

Năm xưa, có dịp gặp Anh, được thấy thiện chí, lòng nhiệt thành, sức đóng góp của anh, đặc biệt trong Trại kỷ niệm 50 năm ngày thành lập GĐPT/VN tổ chức tại Saratoga, miền Bắc California năm 1993; đến nay, tôi vẫn còn nhớ rõ dù đã hơn hai mươi năm dâu bể. Anh đến sớm hơn một tuần lễ để lo việc thiết lập cổng trại, hoạch định tổ chức, phân công điều động làm việc, mà kết quả là gây được sự chú ý trong cộng đồng địa phương về sự có mặt, mục đích hoạt động và tiềm năng đóng góp của tổ chức màu Lam cho sự thăng tiến chung. Sau đó, dẫu có dị biệt, dị nghị nảy sinh nhưng trong thâm tâm, tôi vẫn giữ lòng tin cậy nơi Anh và không quên thiện chí phục vụ, tinh thần đóng góp nhiệt thành cho tổ chức và những cống hiến đặc biệt mà anh dành cho thế hệ trẻ. Khi nhìn lại những khó khăn, thử thách mà cá nhân hay tổ chức phải trải qua trên con đường hoạt động, tôi lại càng thêm tin cậy vào tinh thần hướng thượng, ý chí phấn đấu cần thiết để chiến thắng bản thân nơi mỗi cá nhân mà trường hợp của Anh cũng không là một ngoại lệ. Anh biết không, điều làm tôi cảm động là lời bày tỏ chân thật của Anh hôm trước. Anh nói, đã thọ giới Bồ tát tại gia lâu rồi, mà chưa trường chay được, nhưng dạo này con sẽ phát nguyện trường chay, thưa Thầy. Tôi tin lời Anh, cảm thấy mang ý nghĩa của lời phát nguyện và thầm nghĩ, với anh, một người nặng lòng tin Phật bấy lâu, có thể đường về xứ Phật đã có một khởi điểm.

Giờ đây, ngoài trời mưa gió vẫn còn nhiều. Cứ mặc, để tôi kể chuyện kiếm hiệp cho Anh nghe. Trong bộ truyện Cô Gái Đồ Long của Kim Dung có đoạn rất hay, đó là lúc Tạ Tốn bị giam ở chùa Thiếu Lâm. Tạ Tốn là một anh hùng đương thời, có hiệu là Kim mao Sư vương, mà theo tôi hiểu đây là hình ảnh của Ngài Văn Thù Sư Lợi, thường được tạc hình ngồi trên lưng sư tử, tượng trưng cho hạnh trí tuệ. Tạ Tốn là một trong bốn hộ pháp của Minh giáo, võ công trác tuyệt. Lẽ đó, khi giam ông, họ phải đào một cái hầm giữa sân rộng, phía trên, bốn hướng phải nhờ 4 vị Cao Tăng, mà pháp hiệu là Độ Ách, Độ Nạn… canh giữ. Hàng ngày, quý Ngài chỉ ngồi yên và tụng Kinh Kim Cang. Tạ Tốn ngồi dưới lòng đất sâu nghe kinh mà dần dần hiểu pháp. Tôi đoán, ông cư sĩ đạo hữu "dễ thương" này tu pháp môn văn tư tu, nên càng nghe lời kinh Phật, suy gẫm thì càng hiểu sâu, hiểu rộng, càng nhận rõ những lầm lỗi trước kia. Nào chuyện ân oán với Thành Khôn đã giết chết gia đình ông, nào là chuyện ông làm khổ gia đình Trương Thúy Sơn, và bao nhiêu chuyện trên chốn giang hồ "hiểm ác" nữa. Nhưng từng câu kinh giải oan, từng lời dạy ân cần đầy thương cảm của Phật thấm vào tâm ông, và cuối cùng, soi sáng cho ông thấy được con đường trở về tự tánh của mình, vốn muôn đời vẫn rỗng không, vắng lặng. Ông giác ngộ, có vay thì trả, có buộc thì mở, mình làm mình chịu, buông ra là thoát, có gì đâu mà tranh giành, hơn thua. Ông hết sợ hãi, lo âu, oán giận, và ngồi yên như ngồi chơi nơi miền Tịnh Độ. Vì vậy, khi Trương Vô Kỵ liều mình vượt qua bao thử thách, gian khổ xuống địa lao cứu ông, ông từ chối thoát thân vì theo suy nghĩ riêng, ông đã thóat rồi! Cuối cùng, chư vị Cao Tăng nhận chân, tán thán: Lành thay, Tạ cư sĩ. Và chấp nhận cho Tạ Tốn vào chùa làm đệ tử đức Thế tôn.

Trở lại hình ảnh 4 vị Cao Tăng hóa độ cho Tạ Tốn thoát khỏi vòng oan trái của kiếp người. Con số 4 người là đơn vị căn bản mà đức Phật đã chế định cho Tăng giới, để trở thành Tăng bảo khi sinh hoạt chung với nhau. Đó là đơn vị tượng trưng của đời sống tập thể, nhằm nương tựa nhau trên đường tu tập hầu đạt đạo giải thoát. Tổ chức GĐPT của chúng ta cũng được xây dựng trên căn bản là gia đình, nghĩa là qui tụ những người cùng một lý tưởng, chung một niềm tin, cùng quyết tâm vượt lên trên bản ngã cá nhân khi HỘI NHẬP vào tổ chức để thực hành ý nguyện.

Theo thiển ý, ở một khía cạnh nào đó, Tạ Tốn đã thực tập được châm ngôn Bi Trí Dũng của tổ chức GĐPT chúng ta.

Ông đã thể hiện Từ Bi vì không muốn vì mình mà Trương Vô Kỵ phải liều mạng sống. Là một cao thủ thượng thừa, hơn ai hết, ông biết Trương Vô Kỵ vì muốn cứu ông đã lâm vào tình trạng vô cùng khó khăn. Dù vượt được địa lao, lên được sân chùa, dù võ công cái thế, Trương Vô Kỵ cũng khó đương đầu được 4 vị Cao Tăng Thiếu Lâm có trên trăm năm công lực hợp sức đối phó. Cho nên, việc cứu Tạ Tốn thoát khỏi chùa Thiếu Lâm còn khó hơn lên trời! Hơn nữa, Tạ Tốn đã giác ngộ được lẽ nhân quả của nhà Phật và từ đó thấu triệt cái vòng oan nghiệp của đời mình.

Tạ Tốn còn thể hiện Trí vì biết dừng lại đúng lúc mà trở về với cửa Phật. Cũng như Ông có đức Dũng khi tự nguyện chịu mọi trừng phạt đối với những lỗi lầm đã gây ra, không oán than, không trách móc. Tôi đọc quyển tự truyện của Nelson Mandala, được biết đâu phải người không nghi ngờ hay không hề phiền giận những người phụ tá của mình hay chính quyền phân chủng Nam Phi, nhưng lúc nào Mandala cũng khẳng khái nhận lấy trách nhiệm trong cuộc tranh đấu giành quyền bình đẳng, tự chủ cho đồng bào.

Nhưng anh Tâm Kiểm ơi, sống ở đời phải có một chút thơ mộng cho vui nghe! Làm người Huynh trưởng mà lúc nào cũng để nội quy, quy chế, dự án ... chi phối, không có sự buông xả, thư thái tâm hồn thì cực nhọc lắm. Còn gì hơn là thả tâm tư theo ý thơ đượm màu giải thoát và vần điệu trác tuyệt trong bài "Nguyện Cầu" của Vũ Hoàng Chương

Ta còn để lại gì không
Kìa non đá lở, này sông cát bồi
Lang thang từ độ luân hồi
U minh nẻo trước xa xôi dặm về
Trông ra bến hoặc, bờ mê

Nghìn thu nửa chớp bốn bề một phương
Ta van cát bụi bên đường
Dù nhơ, dù sạch đừng vương gót này...

Nghe rất hay, rất đúng với giáo lý vô thường của Phật. Hơn thua, được mất, cuối cùng, khi nằm xuống, tay trắng lại hoàn trắng tay thôi. Nên, sống ở đời, biết dừng lại mà thúc liễm thân tâm, làm chủ ba nghiệp, để "dù nhơ, dù sạch đừng vương gót này" mà sống đời an nhiên tự tại là hợp lẽ hơn cả.

Tiện đây, tôi xin giới thiệu đến Anh bài thơ của ôn Chơn Điền, bút hiệu Ngốc Tử, một vị Thầy, hiện trú ở Houston, Texas. Anh muốn thọ giáo thơ Ôn thì tìm về chùa Quan Âm, xin Ôn ở lại chơi vài bữa. Có một bài thơ của Ôn tựa để là Thế thái nhân tình, mỗi lần đọc lên, tôi thấy "khỏe, nhẹ" ra một chút, Anh à. Nguyên văn có 8 câu, mà theo tôi, hai câu cuối là tuyệt vời, hay theo cách nói của nhà văn Duyên Anh, là tuyệt cú mèo!

Thế thái nhân tình đã chán chưa
Sơn lâm cùng cốc cũng tranh đua
Nuôi trò, trò chửi như phun nước
Độ chúng, chúng gây muốn bể chùa
Dạy võ, võ về mưu sát chủ,
Can đời, đời tính chuyện hơn thua
Đố ai đo được lòng người nhỉ
Ta tát trùng dương đếm chuyện đùa.

Qua tuổi sáu mươi rồi, trọn một hoa giáp rồi, lục thập nhi nhĩ thuận, còn gì để mình luyến tiếc nữa, anh Tâm Kiểm hè!

Tôi mong Anh vững lòng tiến bước, giữ tấm lòng trung trinh phụng sự Tổ chức Hoa Sen Trắng cho trọn kiếp người. Khi nào mệt mỏi, mời Anh về Phổ Trí thăm chơi vài ngày. Tôi xin sẵn sàng ủng hộ vé máy bay cho Anh – một chiều hay hai chiều – tùy Anh quyết định. Cửa Phật vẫn luôn mở rộng để đón bước chân Anh như những ngày pháp nạn dạo trước Sư bà Thể Quán, Cát Tường đã cưu mang, bảo bọc anh. Chúc Anh một ngày an lành, vui vẻ.

Hayward ngày 15 tháng 12 năm 2014.

Mô Phật,

Thích Từ-Lực

THƯ GỞI ANH TRƯỞNG BAN PHÚC THIỆN NGŨ DUY THÀNH

Nam Mô A Di Đà Phật,

Thưa Anh Trưởng Ban, Phúc Thiện Ngũ Duy Thành thân mến,

Hôm nay Anh có khỏe không? Năm nay Anh chị ăn Tết ra sao, các cháu ở xa có dịp thuận tiện về thăm nhà không? Dẫu cho xa xôi cách trở, tình gia đình đầm ấm trước sau vẫn là niềm vui, điều an ủi theo truyền thống văn hóa chúng ta, phải không Anh? Tôi sắp đi Âu châu tuần tới, nhưng cố gắng viết đôi lời thăm Anh nhân ngày đầu năm, và nhân dịp này tôi cũng xin góp vài ý kiến cho sinh hoạt Trại Vạn Hạnh và buổi họp Thường Niên của Ban Hướng Dẫn Trung Ương được tổ chức tại Trung tâm vào tháng 4 này.

Mới đó, mà đã sắp hết nhiệm kỳ 4 năm rồi. Nhìn lại thời gian qua, nhờ vào nỗ lực chung với ý thức cống hiến đáng ca ngợi của tập thể, ngoài chương trình thường xuyên, một số hoạt động đặc biệt khác đã khiến không khí sinh hoạt của đoàn thể chúng ta có phần khởi sắc. Trại Hoa Lam, khóa Hội thảo tại chùa Hoa Nghiêm, và gần nhất là tinh thần "xích lại gần nhau cho ấm tình Lam" được xiển dương rộng rãi, tiếp nối và thực thi lời khấp nguyện của Tổ chức chúng ta trước Giác linh cố Hòa thượng Hạnh Tuấn tại chùa Trúc Lâm Chicago vừa qua.

Tôi xin thành tâm tán thán CÔNG ĐỨC của Ban HDTƯ đã tận tụy với trách nhiệm, đặc biệt là khối Huấn Luyện đã dành nhiều công sức, trí lực, thời gian cho công tác chuẩn bị Trại Vạn Hạnh kỳ này. Là một phần tử không xa lạ với tổ chức, tôi không thể không mạn phép đưa ra một vài ý kiến và đề nghị trong cơ hội quy tụ và họp mặt hiếm có này.

1. Như đã nhiều lần để cập đến tinh thần Chánh Niệm và lợi ích của việc thực tập, tôi để nghị chương trình sinh hoạt Trại nên dành trọn một ngày cho sự THỰC TẬP Chánh niệm ngay tại Trại Trường (chẳng hạn ngày thứ Bảy, 16-4-2016, từ 7 giờ sáng cho đến 7 giờ tối). Chương trình vẫn như cũ nhưng yêu cầu tất cả Trại sinh hãy tập sống trong chánh niệm, tỉnh thức, với hạnh Lắng Nghe, với tinh thần Ái Ngữ, đồng sự của người Huynh trưởng.

Xin vui lòng đổi khóa giảng thứ 10 "Thiền Trong Đời Sống và các Phương Thức Thiền Tập" do tôi phụ trách, vào giờ cuối trong ngày.

Tôi sẽ có mặt với Trại và cùng thực tập với quý Anh chị Huynh trưởng và các trại sinh trong ngày được dành cho để tài thực tập Chánh Niệm. Khóa giảng mà tôi phụ trách được trù định 2 tiếng đồng hồ, gồm 45 phút để trình bày nội dung, thời gian còn lại dành cho việc trao đổi và thảo luận về kết quả ban đầu của cuộc thực tập Chánh Niệm. Chúng ta có cơ hội khảo sát và trắc nghiệm lại kết quả của một phương pháp tu trì mà hiệu quả là điều không ai bác bỏ. Tôi cũng nghĩ rằng việc tiến hành thực tập có quy mô về thời lượng và tâm nguyện như đề nghị sẽ đạt hiệu quả cao và như thế không còn cơ duyên nảy sinh những suy nghĩ, tiếng nói hay hành động trái với tinh thần của cuộc thực tập.

2. Đề nghị kế tiếp liên quan xa gần đến buổi họp Thường Niên của Ban Hướng dẫn Trung Ương, mà mục đích chính yếu là để chuẩn bị cho Đại Hội Huynh Trưởng Toàn Quốc kỳ 10 sắp tới và Kỷ Niệm 40 năm GĐPTVN tại Hoa Kỳ.

a. Nhân dịp này, tôi nghĩ chúng ta nên mở ra một diễn đàn (open forum) để lắng nghe và đón nhận một cách trực tiếp, công khai và rộng rãi quan điểm, suy nghĩ, ý kiến, đề nghị của tập thể Lam viên bất phân khuynh hướng hay tổ chức, nhằm gây dựng và phát triển bầu không khí hòa hợp, thông cảm cần thiết cho những nỗ lực xây dựng, hợp tác kế tiếp. Việc này, trước hết là thể hiện sự thực thi lời khấp nguyện của chúng ta trước Giác linh HT Hạnh Tuấn, "biến sự mất mát to lớn này bằng quyết tâm khâm thừa di huấn của Thượng tọa Ân Sư trong việc cải tiến chương trình Sinh Hoạt, Tu Học và Huấn Luyện khế hợp với nền văn minh tiến bộ của xã hội; đặc biệt là, từng bước hoàn thành Di Nguyện của Ân Sư trong việc cố gắng tạo điều kiện, tìm phương cách để anh chị em chúng con thương yêu nhau hơn, xích lại gần nhau hơn nhằm đưa Tổ Chức GĐPT Việt Nam tại Hoa Kỳ về một khối hầu làm sáng đẹp truyền thống Bất Khả Phân của tổ chức Áo Lam". Trong tinh thần đó, tôi sẽ nhờ Thượng tọa Nguyên Tạng, trang nhà Quảng Đức, đón nhận mọi ý kiến tích cực, xây dựng và đưa lên diễn đàn để chúng ta lắng nghe, trao đổi, góp thêm ý kiến. Giai đoạn đầu, tôi xin đề nghị lấy tên diễn đàn: "CÙNG NHAU XÂY DỰNG MÁI NHÀ LAM". Cũng xin thưa rõ, trang nhà Quảng Đức là một địa chỉ đáng tin cậy, khá quen thuộc và phổ biến, chẳng hạn trong dịp Tang lễ HT Hạnh Tuấn, có ngày trang nhà có trên 30,000 người vào thăm. Quý báu hơn nữa, Thượng tọa Nguyên Tạng là một vị Tăng tài trẻ tuổi, có đức độ, có khả năng chuyên môn, cũng như tâm nguyện thiết tha để phụng sự Đạo pháp.

b. Sau nữa, để tăng cường vai trò và kinh nghiệm hoạt động của các Liên đoàn trưởng, tôi thấy, chúng ta nên tìm cách tạo cơ hội và cả phương tiện giúp họ trực tiếp trao đổi kinh nghiệm điều hành, thông báo cho nhau tin tức, hoạt động, thảo luận về những khó khăn chung và có thể trong nhiều trường hợp, đề ra kế hoạch hợp tác trong những lãnh vực có thể thực hiện được giữa những đơn vị mà họ đảm trách. Vấn đề trên cần được thảo luận thêm trong tinh thần hiểu biết nhất là khi sự thiết lập tương quan trực tiếp giữa cấp Liên đoàn trưởng của những đơn vị khác biệt có thể bị dị nghị là dẫn đến sự vi phạm nguyên tắc điều hành của hệ thống tổ chức. Thú thật, điều tôi quan tâm nhiều nhất vẫn là sự sinh hoạt và phát triển tại các Đơn Vị địa phương, mà chính Liên đoàn trưởng và Ban Huynh Trưởng đóng vai trò thiết yếu và năng động.

Hiện nay, xu hướng hợp tác hỗ tương đang tỏ ra thuận lợi và có tương lai lan rộng. Nói không xa, ngay tại Miền Bắc California giữa hai Ban Hướng Dẫn Thiện Minh và Liễu Quán, tôi rất hoan hỷ mà thưa với Anh Trưởng Ban là tinh thần Kết Hợp đã có nền tảng vững chắc qua các khóa Tu Học chung dành cho Huynh trưởng và các buổi hội thảo về Giáo dục, Văn hóa Xã hội. Chắc chắn, chúng ta còn nhớ, mấy năm trước, miền Quảng Đức đã tạo được một sinh khí mới, gầy dựng tinh thần hợp tác hài hòa giữa các Đơn Vị đang sinh hoạt tại miền Nam California. Vừa rồi, cũng tại miền Nam California, hình ảnh của trên 10 đơn vị thuộc nhiều Ban Hướng Dẫn cùng tham dự một Trại Họp Bạn cũng đem lại phấn khởi cho cộng đồng và những người còn quan tâm đến Tổ chức chúng ta.

Thưa Anh,

Qua nhiều năm sinh hoạt với Tổ chức, tôi thật tình quý mến con người Anh, qua tinh thần làm việc và bản tánh hòa hợp, ôn nhu, chưa kể, trong gia đình riêng, cả hai Anh Chị đều là những Huynh trưởng gương mẫu. Rất mong, thời gian tới, Anh có thêm nhiều thuận duyên để tiếp tục phụng sự Tổ chức màu Lam và đẩy mạnh thêm con đường Cải Tiến Sinh Hoạt nhằm đem lại những tin yêu, đầm ấm cho mái nhà Lam.

Với tư cách cũng như tầm vóc lãnh đạo, Anh đã được Tổ Chức tấn phong lên hàng Huynh trưởng cấp Dũng. Tôi thật lòng tin tưởng Anh có đủ điều kiện và nhân duyên để hoàn thành lý tưởng của người Huynh trưởng và xây dựng trọn vẹn sự nghiệp cho đời sống tinh thần của mình. Xin nhờ Chị nhắc chút xíu thôi, từ ngày lên chức, Anh chưa đãi tôi chầu pizza nào cả!

Chúc Anh Trưởng Ban và Gia đình năm mới Bính Thân nhiều an lành, vui vẻ.

Thân mến,

Thích Từ-Lực

TRẠI HOA LAM 2015:
VUI LÀ VUI QUÁ VUI...

Quý Anh chị Huynh trưởng và Trại sinh thân mến:

Quá trình phát triển của tổ chức Áo Lam chúng ta là kết quả của một cuộc vận động không ngừng nhằm phát huy và thăng tiến vai trò và trách nhiệm của mọi thành phần - Huynh trưởng các cấp và đoàn sinh - trên con đường thực hành tôn chỉ của tổ chức. Chúng ta đều hiểu rằng tổ chức chúng ta chỉ phát triển vững mạnh một khi tinh thần phục vụ, phẩm chất, khả năng của đoàn viên ngày một nâng cao và hoàn thiện. Sau thời gian dài cố gắng không ngừng của Ban Hướng Dẫn Trung Ương, Trại Họp Bạn toàn quốc 2015 hình thành tại Benton, Illinois, không những là một cơ hội quý giá để chúng ta thắt chặt mối tình cảm liên đới sẵn có giữa những người cùng một lộ trình, cùng một hướng đi mà còn là dịp cần thiết để những người Áo lam chúng ta cùng nhau trao đổi kinh nghiệm gặt hái được trên con đường hoạt động cho lợi ích chung của xã hội và tập thể. Trong tinh thần trên, tôi xin chân thành tán thán công đức của mọi thành phần trong Ban Quản Trại và thành tâm cầu nguyện Trại Hoa Lam thành công viên mãn, tất cả Trại sinh tham dự dù ở tuổi nào, cũng thấy như mình trẻ lại... vài ba năm với Niềm Vui trải rộng trong lòng.

Tôi không có đủ cơ duyên để dự Trại nhưng tôi vẫn theo dõi mọi hoạt động của Trại và cảm thấy vui lây trước lòng nhiệt thành, nỗ lực đóng góp trong nhiều mặt được thể hiện trong tinh thần Lục Hòa của mọi thành phần dự trại. Trại tổ chức ở tiểu bang Illinois, vùng Trung Mỹ, đương nhiên là thuận lợi cho các đơn vị trong tiểu bang nhà và các đơn vị lân cận nhưng không vì thế mà ảnh hưởng đến phong độ của các đơn vị thuộc các tiểu bang bên bờ Đông, Tây (East và West Coast) hay California (lại khen gà nhà rồi!!!) và Arizona trong các cuộc tranh hùng, giật giải. Rất mong miền Thiện Hoa cố gắng thật đúng mức nghe. Hãy nhớ, chúng ta đang có Stephen Curry hay anh Trại trưởng, chị Trại phó đặc trách ngành Nữ là dân Cali đó nhe!!!

Chuyện tranh hùng vừa nói chỉ là chuyện nói chơi vì giữa chúng ta, việc tranh giành thế hơn-thua, sau-trước không ngoài mục đích rèn luyện nơi chúng ta tinh thần đoàn kết, một lòng, một ý chí quyết tâm khi bắt tay vào việc, dù lớn hay nhỏ.

Nhân dịp này, dù ở xa, tôi vẫn mường tượng được không khí vui tươi của ngày Trại, hình dung ra những khuôn mặt đáng mến, những cống hiến đáng ghi mà việc thể hiện mối tình cảm chất chứa bấy lâu chưa có dịp bày tỏ trọn vẹn. Thay vào đó, đáp ứng lời kêu gọi trong giờ Tinh Thần của Trại, tôi xin đóng góp một vài ý kiến thô sơ góp phần xây dựng tổ chức thân yêu của chúng ta, điều mà không còn là mối quan tâm riêng của những người hữu trách.

Đề tài nêu lên rõ ràng mục đích chung: Làm thế nào để duy trì và phát triển đoàn viên GĐPT. Vấn đề nêu ra không mới mẻ gì nhưng vẫn còn là ưu tư chung hiện thời vì nó phản chiếu thực trạng của tổ chức - không riêng gì đoàn thể chúng ta - trước thực tại xã hội phát triển mạnh mẽ và nhanh chóng đem đến nhiều biến động về mọi mặt trong đó có tâm thức, nhận thức, nhu cầu của giới trẻ.

Tôi nghĩ, khi tìm kiếm phương thức hành động, chúng ta cần

phân biệt thành phần Huynh trưởng và Đoàn sinh vì mỗi đối tượng có khác biệt về nhiều mặt: Nhận thức, tri thức, tâm lý, thể chất (sinh lý) mặc dầu giữa hai thành phần trên, vẫn có điểm chung nhất về hoàn cảnh xã hội, môi trường sinh hoạt, nhu cầu họp bạn... Với thành phần Huynh trưởng thì tâm nguyện vững vàng hơn, cơ duyên sinh hoạt với GĐPT cũng đáng kể hơn khi so với các em Đoàn sinh ngành Thanh, Thiếu chỉ mới chập chững nhập đoàn.

Trong khuôn khổ một bài viết ngắn cho bản tin của Trại, tôi chỉ xin góp ý vài điểm dưới đây:

1- Thành phần Huynh trưởng các cấp cần tiếp tục phát triển việc thể hiện và thực hành châm ngôn Bi Trí Dũng qua những hoạt động trong tinh thần dấn thân vào đời, phụng sự tha nhân. Để đáp ứng, tổ chức chúng ta cũng cần có chương trình yểm trợ thiết thực, cần thiết và hữu hiệu, đặc biệt là chương trình tu học định kỳ nhằm giúp người Huynh trưởng trưởng thành, vững vàng trong nhận thức và hành động.

Mặt khác, cũng cần lưu ý tiến bộ khoa học, kỹ thuật đã tác động không nhỏ đến phương thức sinh hoạt, hoạt động của đoàn thể, đặc biệt là trong lãnh vực thông tin, liên lạc, truyền bá.

Khoảng 50 năm trước, việc tổ chức Trại họp bạn toàn tỉnh đã là một "kỳ tích" và người được dự trại xem như kinh nghiệm hiếm có trong cuộc đời Huynh trưởng. Ngày nay, xu hướng toàn cầu hóa (globalization) đã trở thành xu hướng của phát triển, tiến bộ nên đối với chúng ta, viễn tượng một cuộc quy tụ với quy mô lớn phải là vấn đề đặt trong tầm mắt, tầm tay của những người Huynh trưởng nhiệt tâm, có bản lĩnh, và có khả năng kết hợp, điều hành. Trong ước vọng trên, chúng ta tin rằng Trại Hoa Lam 2015 còn mang ý nghĩa tiền đề của một Trại toàn cầu quy tụ những người Áo Lam từ bốn phương về hội tụ trong tương lai không xa.

2- Với lớp Đoàn sinh non trẻ tuổi đời lẫn tuổi đoàn, cần chú trọng nhiều hơn đến những sinh hoạt hàng tuần hay công tác xã hội nghiêng về hoạt động (action). Giới trẻ cần một môi trường lành mạnh để có thể trau dồi kỹ năng lãnh đạo (leadership skill), nâng cao năng lực làm việc hay xây dựng một định hướng cho tương lai. Những đề tài thực tiễn, gần gũi với cuộc sống chẳng những hữu ích trong việc thích nghi với đời sống, cuộc sống mà còn giúp các em tìm thấy cảm hứng trong hành động, sinh hoạt và từ đó ký thác lâu dài với tổ chức GĐPT.

Trong ngày nghỉ hè, nhiều Đoàn sinh ghi tên học các chương trình đặc biệt tìm hiểu về Thiền chánh niệm (mindfulness practice) tại một số Tu viện Phật giáo, hay Thiền viện thực tập thiền quán, đôi khi với lệ phí rất cao nhưng bù lại các em chẳng những tìm thấy sự an lạc, thanh thản trong tâm hồn, mà đáng kể là bước đầu xây dựng cho mình một nền tảng cho đời sống tâm linh, tinh thần cần thiết. Điều cần lưu ý thêm là một nội dung tu học tương tự cũng tìm thấy trong sinh hoạt HẰNG TUẦN của tổ chức Gia đình Phật tử chúng ta khi thực tập hạnh Từ Bi, gương Nhẫn Nại của chư vị Bồ Tát.

Để thể hiện mối quan tâm đặc biệt về mặt xây dựng đoàn thể, chúng ta hãy mạnh dạn thảo luận, trao đổi ý kiến, nhận định, kinh nghiệm, sáng kiến trong tinh thần xây dựng, hiểu biết, cầu tiến. Trong niềm tin tưởng trên, hy vọng rằng, chúng ta sẽ tạo được một sinh khí mới chẳng những khiến hoạt động của đoàn thể chúng ta thêm khởi sắc, mà còn tạo thêm triển vọng trong tiến trình của đoàn thể, cần thiết cho việc thu hút, chiêu nạp (recruit) Đoàn sinh mới, hay giữ chân được (retain) những Huynh trưởng từng đến sinh hoạt với chúng ta bấy lâu nay.

Ngoài ra, sau lần đi dự khóa Hội thảo Buddhist-Christian Dialogue tại Vatican vào tháng 6/2015 vừa qua, tôi có cơ hội ý thức được vai trò quan trọng của truyền thông đại chúng và mục kích những ứng dụng cần thiết mà tiến bộ khoa học đem lại, cũng như nhận thức được một số vấn để cần khuyến khích giới trẻ quan tâm, hành động.

Chúng ta cần tận dụng kỹ thuật tin học hiện có trong việc thông tin, truyền bá.

Chúng ta cần thúc đẩy giới trẻ lưu tâm nhiều hơn đến thực tại xã hội đang sống mà từ đó ý thức được tinh thần phục vụ vô vị lợi.

Những hành động cần thiết để bảo vệ môi sinh, môi trường đang nằm trong hiểm họa tàn phá. Những đóng góp thiết thực trước đông đảo khối người cần đến sự giúp đỡ về nhiều mặt, nhất là trong thế giới thứ ba.

Những đáp ứng không thể thiếu trong việc làm giảm bớt bất công xã hội vốn là nguyên ủy của tình trạng bất an, bạo lực, thù nghịch. Tất cả đều không ngoài ý nghĩa những khuyến thỉnh mà người đoàn viên Gia đình Phật tử chúng ta được kêu gọi suy nghĩ và đáp ứng bằng hành động theo tôn chỉ của tổ chức.

Nói chung, chúng ta hãy mở ra những cánh cửa đầy phấn khích (new doors of excitement) để giới trẻ tự bước vào và hành động như những con người của phụng sự, bao dung, nhân ái. Con đường nên đi đặt trên nền tảng giáo lý Trung Đạo của nhà Phật cần thiết cho việc thực tập để nuôi dưỡng niềm vui và sức sống, phối hợp với ứng dụng khoa học, mà đưa giới trẻ hướng đến một chân trời cao rộng, có lý tưởng, có tình thương yêu đồng loại và trên hết, có niềm vui ngay trong đời sống hàng ngày.

Sau hết, trong niềm tin tưởng trên, chúng ta hãy lấy những lời ca tiếng nhạc quen thuộc làm hành trang cho buổi lên đường và cũng là hoa trái trong chuyến trở về địa phương của mình sau Trại Họp Bạn toàn quốc 2015.

Vui là vui là vui, chúng mình vui nhiều.

Vui là vui là vui, chúng mình vui quá.
Vui là vui là vui, chúng mình vui nhiều.
Vui là vui là vui, chúng mình quá vui.

MỘT CON NGỰA ĐAU,
CẢ TÀU KHÔNG ĂN CỎ

Quý Anh chị Huynh trưởng thân mến,

Sáng nay, sau khi sinh hoạt với Đại chúng trong ngày Tu học xong, tôi lại ngồi vào bàn làm việc. Những dòng chữ hiện lên, cùng lúc với tình thương trong lòng tôi hiện diện với biết bao kỷ niệm vui tươi giữa chúng ta. Mà trong lời cầu nguyện, tôi thường chọn câu: xin cho Tổ chức chúng con "có nhiều thương yêu, thêm phần đoàn kết" để bày tỏ lên ngôi Tam bảo tấm lòng của mình.

Trong các thứ tình, tình Lam cũng rất thiêng liêng trong tổ chức GĐPT của Việt Nam, khi mọi người đối xử với nhau như anh chị em một nhà qua hơn 70 năm nay. Không thiếu những câu chuyện làm chúng ta cảm động đến tận đáy lòng. Vì tinh thần hy sinh, thương mến với nhau rất đậm đà, có khi còn hơn cả tình anh em ruột thịt trong nhà. Lịch sử của tổ chức giáo dục tuổi trẻ này đã cho chúng ta thấy điều đó.

Đứng trước hiện trạng hết sức khó khăn, vài tháng trước, có người hỏi tôi: Thầy có suy nghĩ gì không? Tôi trả lời: Làm sao mà tôi không suy nghĩ được! Căn nhà Lam đang rung rinh trước cơn bão tố, là người từng mặc đồng phục màu Lam, dù chỉ thời gian ngắn thôi, thì ai mà chẳng quan tâm, khắc khoải. Quan tâm vì đây là căn nhà chung của tất cả chúng ta, không phân biệt trẻ già, trai gái, giàu sang phú quý hay bần hàn, thiếu thốn. Vì tất cả chúng ta đều có tấm lòng thương mến, vui vẻ với nhau.

Tôi xin kể chuyện này cho quý Anh chị nghe chơi. Anh Quảng Từ Trần Kiêm H. là một Huynh trưởng của Tổ chức GĐPT từ những thập niên trước. Tánh tình giản dị, chất phát, mà trong đó, phải kể đến "bản tánh chân thật" của Anh, tỏa ra một cái gì "thân thương, thành thật, tha thiết" mà tôi cũng khó diễn tả cho đúng mức được! Anh khoe với tôi, Anh vừa hoàn thành một công trình to lớn. Rồi Anh hồn nhiên bày tỏ lòng mình trong câu thơ: xây hồ bán nguyệt cho Hường rửa chân. Hường là tên của chị. Tôi chưa có dịp về thăm nhà Anh Chị để nhìn cái hồ bán nguyệt đó như thế nào, nhưng nghe Anh nói, nhìn bộ điệu của Anh, thì cũng HIỂU rằng đó là "tuyệt tác một đời" của Anh, vì có tình thương hiện hữu. Anh thương vợ trong tình thương của một người Huynh trưởng chung thủy, chân tình. Anh thương những Huynh trưởng khác với tình thương của một người "bạn đồng hành trên đường giác ngộ" cùng chia sẻ miếng cơm, chén nước với nhau dù ở bất cứ hoàn cảnh nào.

Năm 2001, giai đoạn Thầy Phổ Hòa về lưu trú ở Trung tâm, để gần gũi với Tổ chức, Anh là người phát nguyện cùng ở trong một trailer nhỏ hẹp, thiếu thốn, mà xây dựng ngôi Tổ đình đó. Tôi thương mến và kính trọng tấm chân tình của anh Quảng Từ.

Không phải chỉ có những người suy nghĩ chín chắn rồi, mà còn có tuổi trẻ nữa. Một tuổi trẻ lớn lên ở xứ người, vẫn giữ được bản chất THƯƠNG YÊU đó trong lòng. Hai chị em Quảng Danh và Quảng Châu đã cho tôi niềm tin vững chắc đó. Mấy năm trước, Quảng Danh Carina nói với Mẹ, khi chị Quảng A. tính chuyện xịt thuốc giết kiến, rằng: "Mẹ ơi, trong bài giảng Phật pháp Thầy có nói, vì thời tiết thay đổi nên kiến vào nhà mình trú ẩn, cho nên chỉ vài ngày nữa thôi, mấy con kiến đó sẽ ra khỏi nhà mình, nên đâu cần phải giết chúng nó". Thì ra, Quảng Danh đã "nhập tâm" điều luật thứ ba của ngành Oanh: Em thương người và vật. Kết quả đó được thể hiện là nhờ quý Anh chị Huynh trưởng trong tổ chức GĐPT sớm chỉ dẫn các em đức tánh từ bi, biết thương yêu mọi loài.

Người em trai, Quảng Châu, cũng vậy. Tháng trước, khi nghe tin chùa Miên ở Oakland bị hỏa hoạn, Quảng Châu Klein đã lên mạng, mở website, kêu gọi bạn bè góp tiền cứu trợ, giúp đỡ. Hôm đến Chùa dâng cúng, Quảng Châu có mặt. Tôi hỏi thăm công việc và sinh hoạt, Quảng Châu nói, "Con mua nhà rồi, Thầy ơi, và sẽ đem Mẹ về ở chung, để báo hiếu". Ý nghĩa báo hiếu là gì? Chắc em không biết nhiều, nhưng nghe câu trả lời thì mình HIỂU rất rõ tấm lòng của em. "Con phải trả ơn cho Mẹ chứ vì Mẹ đã cực khổ nuôi con khôn lớn". Nghe những lời tâm tình như vậy ai mà không thương các Em được! Cũng nhờ có Chùa, có đường lối giáo dục của Tổ chức GĐPT qua bao nhiêu năm qua.

Nói đến GĐPT là nói đến tình thương trong một gia đình. Một cá nhân buồn là cả nhà đều buồn, đều lo lắng cho nhau. Cái quý nằm ở chỗ, khi có tình thương, mình vượt lên trên những trách móc, so đo, tính toán, ai thắng ai thua. Tôi có lần, quán chiếu, hai chị em cô Williams cùng tranh giải vô địch quần vợt, ai thắng mà chẳng được vì cuối cùng, nhà Williams sẽ nhận phần thưởng cao quý đó. Rồi hai Chị người Việt cùng có họ Nguyễn, cùng tranh cử chức Nghị viên thành phố San Jose, tôi lại nghĩ, Chị nào thắng cũng được, miễn là có nhiệt tình phục vụ cộng đồng, thì người Việt chúng ta đã có tiếng thơm rồi! Tình thương yêu trong đoàn thể giúp cho mình quên đi phần nào cá nhân nhỏ bé của mình.

*

Có câu nói: một ngày làm Huynh trưởng, cả đời là Huynh trưởng, rất dễ thương. Tôi không có hân hạnh qua các trại Huấn luyện để trở thành một Huynh trưởng thực thụ của Tổ chức. Như chúng ta biết, một người Huynh trưởng, nam hay nữ, đều phải trải qua những giai đoạn học hỏi và được huấn luyện qua các bộ môn khác nhau trong lãnh vực giáo dục tuổi trẻ. Phật pháp thì có 4 cấp: Kiên, Trì, Định, Lực, còn Huynh trưởng cũng có 4 cấp: Tập, Tín, Tấn, Dũng. Qua một kỳ Trại, lên một nấc thang trong Tổ chức là nhận thêm Trách Nhiệm, và việc làm cũng đòi hỏi người Huynh trưởng phải bền chí, vững lòng để vượt qua những thử thách, gian nan. Thế mà, từng lớp Huynh trưởng đều rất nhiệt thành trong sứ mạng đó. Tôi nghĩ, có được điều đó là nhờ Lý Tưởng quá cao đẹp mà người Huynh trưởng tôn thờ: tự lợi, lợi tha, làm Đẹp cuộc sống, giúp Đời bớt khổ.

Nuôi dưỡng lý tưởng để làm một người hữu ích đã khó rồi, huống hồ còn nhận thêm trách nhiệm dẫn dắt những đàn em, như Quảng Danh và Quảng Châu, công việc còn nặng nhọc hơn gấp bội. Nhưng làm được như vậy là đã thực hành hạnh Bồ tát, nhận lãnh bổn phận cao cả đúng như đường lối hoạt động của Tổ chức GĐPT Việt Nam để ra: Đào luyện thanh thiếu đồng niên trở thành những Phật tử chơn chánh, đem lại lợi ích cho xã hội.

Khi cùng sinh hoạt với nhau trong Tổ chức, hẳn nhiên, chúng ta không tránh được những bất đồng ý kiến hay buồn phiền với nhau. Nhưng nhờ có lý tưởng, có mục đích chung, và nhất là qua việc áp dụng những điều Luật của từng ngành mà chúng ta có thể bỏ qua những dị biệt, biết cách lắng nghe và hỗ trợ nhau, để tất cả cùng có được niềm vui phụng sự, có thể mỉm cười sau một ngày sinh hoạt mệt nhọc, lo cho đàn em thân yêu.

Bớt một lời trách móc, thêm một chút tình thương, đó mới đúng là cung cách, lối sống chân thật của người đoàn viên GĐPT Việt nam. Mong thay!

TRẠI VẠN HẠNH I:
NIỀM VUI
TRONG CHÁNH PHÁP

Tôi trở về Chùa, tâm hồn thảnh thơi, sau khi dự trại Vạn Hạnh, giai đoạn thực nghiệm, ở Trung tâm Tu học và Huấn luyện Thích Quảng Đức, thành phố San Bernadino, Hoa Kỳ. Mấy ngày bận rộn không ít với việc mở rộng lòng lắng nghe, góp ý, trao đổi kể cả việc hàn huyên với những bạn Lam trong ngôi nhà Gia đình Phật tử.

Hôm khai mạc Trại, nghe báo cáo có 50 Trại sinh tham dự, bên cạnh Huynh trưởng của nhiều thành phần khác nhau trong Ban HDTƯ và Ban Quản Trại. Sau đó, lại nghe người xướng ngôn nhắc đến một truyền thuyết lịch sử dân tộc, 50 người con theo mẹ Âu Cơ lên núi và 50 người con theo cha Lạc Long Quân xuống biển, trong lòng tôi lại liên tưởng nghĩ thầm: rồi đây 50 trại sinh Vạn Hạnh này có lâm vào hoàn cảnh đầy ý nghĩa như trên. Họ sẽ theo ai, và về đâu khi nhiệt thành theo đuổi con đường cống hiến cho tổ chức. Tôi thầm mỉm cười trong lòng về ý nghĩ bất ngờ trên, và dự tính sẽ từ từ tìm hiểu, đặt thêm nhiều câu hỏi khác, theo kiểu nhà thiền "đại nghi, đại ngộ." Biết đâu, sinh hoạt với tổ chức GĐPT mình lại có cơ hội, gặp cơ duyên chứng đạo cũng không chừng!

Nhưng không phải đợi lâu vì ngay trong bài giảng về kinh Pháp Hoa, HT Nguyên Hạnh đã trả lời ngay câu hỏi: con Phật thì về với Phật, theo Phật làm lành. Trong bài giảng, Ôn nêu ra bốn ẩn dụ giúp người nghe thấu hiểu ý nghĩa bài Kinh, thể hiện việc đức Phật phương tiện, khéo léo dẫn dắt chúng sanh ra khỏi mê lầm, tìm đường giải thoát. Câu chuyện về ngôi nhà lửa và người cha hứa cho con ba loại xe để cứu giúp những người thiếu trí tuệ đang mê mải vui chơi đùa giỡn trong ngôi nhà lửa mà không hay biết gì đến nguy hiểm vây quanh. Đó là ẩn dụ gợi ra hình ảnh của cuộc đời và chúng sanh đang sống trong điên đảo, mê lầm mà không hay biết. Con người từ khi ra đời cho đến khi chết, chịu hết đau khổ này đến kiếp nạn khác mà không biết cách thoát khổ. Giáo pháp của Phật trong kinh Pháp Hoa đã mở ra một hướng đi trí tuệ: khai thị ngộ nhập Phật tri kiến, rằng mọi người nương vào lời Phật dạy mà chuyển hóa thân tâm.

Bài pháp không phải đợi lâu mới thấm nhuần vì cuối khóa, đã thấy anh Tâm Giác Tâm có bài thơ ứng đáp:

Lắng nghe Thầy giảng Pháp Hoa
Thấy trong tâm thức chan hòa tình thương
Hiểu đời cõi mộng vô thường
Nguyện tình huynh đệ tỏa hương Lam hiền.

Theo chương trình Trại, chúng tôi cũng có một ngày Tu học bên nhau. Nhiều vấn đề thiết thực xảy ra trong gia đình, ngoài đoàn thể gây bối rối cho bao người đều được lần lượt giãi bày và là dịp để chúng tôi lắng nghe, tranh luận. Một trong những đề tài là vấn đề trẻ em thuộc tuổi mới lớn (teenagers) sử dụng các tiện nghi điện tử đến mức sa ngã, mà diễn giả tạm gọi là nguy cơ của "mặt trận điện tử". Thực trạng trong gia đình thường diễn ra như sau: họa hoằn mới có bữa ăn chung trong gia đình nhưng ngay sau bữa cơm, các cháu, phần lớn là đoàn sinh GĐPT, vội vã trở về phòng tiếp tục trò chơi game - đủ thứ trò chơi hấp dẫn trên máy computer - bỏ lại cha mẹ với câu chuyện dở dang và bao điều muốn nói với chúng trong thời gian mà họ nghĩ là thuận tiện. Ngay trong những giờ sinh hoạt tại đơn vị cũng vậy, các em đoàn sinh thấy trò chơi đó là hấp dẫn hơn giờ Phật pháp, hoạt động thanh niên. Nhiều lúc, Huynh trưởng cũng bó tay chịu thua. Dạo trước, nhà văn Võ Phiến gọi là "con quỷ mặt vuông" để ám chỉ cái máy truyền hình, vì nó chiếm đoạt hết "thì giờ ấm cúng" của gia đình. Bây giờ, chúng ta gọi smart phone là gì? Là tên cướp chiếm đoạt hạnh phúc gia đình, là kẻ vô tâm, vô cảm, vô… mọi thứ trên đời! Gọi gì đi nữa, chúng ta cũng phải chấp nhận một điều: đó là cái cell phone rất tiện lợi và hấp dẫn. Có lúc nó cũng giúp cứu mạng người như trong câu chuyện em bé 5 tuổi, gọi 911, khi thấy mẹ bất tỉnh, mà nhờ đó, nhân viên cấp cứu đã đến kịp thời.

Vấn đề là mình nhìn lại cho kỹ để tìm ra cách giải quyết (hay đối phó) hữu hiệu. Tôi lắng nghe và, theo thiển ý, tôi thấy phương pháp ngay trước mắt mà mình đã lãng quên, đó là Phật pháp. Phật dạy, tâm làm chủ mọi pháp, thì tại sao chúng ta không dạy cho các em nhìn lại tâm mình. Trước hết, mình phải làm gương cho các em. Nếu đã nắm vững nguyên tắc của điều này, rồi quyết tâm thực tập thì không có trò chơi điện tử nào có thể giành hết thì giờ quý báu của ta hay cướp mất giờ phút đầm ấm của gia đình cả.

Lưu ý vấn đề vừa nêu, cho nên khi thấy anh Nguyên Túc vẽ bức hình anh Quảng Tịnh ngồi yên trong phòng họp, nét mặt rất bình an, thoải mái, tôi mới nghĩ đến chuyện đề nghị Ban HDTƯ nhờ anh Nguyên Túc vẽ cho ba tấm có trả thù lao đầy đủ:

1- Tấm thứ nhất vẽ một em đoàn sinh mặt mày mệt đừ vất vả, ôm trên tay đủ thứ dụng cụ điện tử ipad, iphone, laptop, còn mang thêm trong ba lô (backpack) nhiều thứ khác nữa.

2- Bức hình thứ hai vẽ quang cảnh một bữa ăn gia đình, mấy đứa con nhỏ đang chú tâm chơi game, gởi text hay tranh cãi nhau về trò chơi, quên mất cha mẹ, người thân đang có mặt bên cạnh.

3- Và bức hình thứ ba, vẽ một em đoàn sinh có chánh niệm, tự chủ, tay trái cầm cell phone, và tay phải chỉ vào điện thoại tuyên bố: Remember, I am your boss; my parent pays the bill, and you better behave, vẻ mặt rất tự tin, thoải mái.

Đó là cách chúng ta hướng dẫn các em bằng việc gợi lại những hình ảnh không đẹp đã diễn trong thực tế, bằng việc tái hiện những cái không nên làm dưới khía cạnh không đẹp hay bất lợi của chúng. Hy vọng, các em sẽ hiểu điều chúng ta muốn nói, get the message, sẽ dành thời giờ chừng mực, hợp lý cho các trò chơi điện tử. Dĩ nhiên, cha mẹ và Huynh trưởng phải là những người làm gương tốt và thường xuyên nhắc nhở các em. Tình trạng sẽ thay đổi khi chúng ta có nhận thức sáng suốt và tìm ra phương pháp thích hợp.

Tương tự, tôi rất mừng khi nghe anh Quảng Quý phát biểu, yêu cầu chấp thuận trong chương trình Đại Hội Huynh trưởng kỳ X có thêm một phiên họp khoáng đại thảo luận về những vấn đề được dự trù ngoài các để tài liên quan đến nội quy và quy chế hay cải tiến sinh hoạt của Tổ chức. Tôi nghĩ ngay rằng điều này rất thực tế và lợi ích, vì trong tiến trình hoạt động của một tập thể, luôn luôn có những vấn đề được đặt ra cần phải được cập nhật, được điều chỉnh hay thay đổi cho hợp với nhu cầu và hoàn cảnh đương thời. Điều này gọi là khế cơ và khế lý. Tổ chức không thể bất động, đứng yên một chỗ, như vậy sẽ đưa đến tình trạng lỗi thời, thoái hóa.

Nhưng trên hết, điều làm cho tôi cảm kích nhất vẫn là tình Lam tồn tại và thêm khăng khít mà mỗi anh chị Huynh trưởng đã thể hiện, cưu mang. Hình ảnh thân thương của những Huynh trưởng, thuộc nhiều lứa tuổi, thuộc nhiều thế hệ cùng có chung một lý tưởng, cùng đi chung con đường phụng sự và giáo dục tuổi trẻ, và cùng ngồi chung với nhau dưới mái ấm Gia đình Phật tử. Có người gọi nơi chúng ta quy tụ trong mấy ngày Trại là "ngôi từ đường" của tổ chức GĐPT. Tôi chỉ tiếc đã không có cơ hội để hát cải lương, ngâm thơ cho nhau nghe hay để hàn huyên, nói chuyện nhiều hơn. Suốt 4 ngày, tôi chỉ ăn cơm chung với quý Anh Chị được hai lần, còn ngoài ra, là những bữa trai tăng với Tăng Ni, đi thăm viếng, dành thời giờ học tập, thuyết giảng và hội họp. Tôi nhớ lại, lúc còn là sinh viên, tham dự một đại hội của AGS Honor Society ở Asilomar, gần Monterey nhưng nội dung sinh hoạt nhẹ nhàng hơn nhiều. Chắc họ ít việc hơn mình! Tôi rất mong, kỳ Đại hội X sắp tới, có thêm phần sinh hoạt Đại hội do anh Đức Tuệ phụ trách, làm cho không khí sống động, vui tươi, sẽ đem lại cho tập thể Huynh trưởng những kỷ niệm vui vẻ, phấn khởi trong lòng. Từ đó, chúng ta sẽ dễ dàng thông cảm, gắn bó với nhau nhiều hơn trong tình thân.

Tôi quan niệm: Người trước, việc sau. Như đường hướng mà chúng ta thường nêu lên: tất cả cho Đàn Em thân yêu. Lẽ đó, ưu tiên trên hết và trước hết, là phải chăm sóc, hộ trợ tinh thần cho tập thể Huynh trưởng. Với tôi, phần tinh thần và tâm lý rất quan trọng đối với người Huynh trưởng. Không thể nào mang tâm trạng nặng nề, lo lắng trong lòng mà có thể chu toàn trách vụ và đóng góp những ý kiến sáng suốt, đúng đắn cho Tổ chức được.

Ngoài ra thời gian và những khó khăn phải đương đầu cũng là điều kiện thử thách niềm tin và lòng kiên trì cần phải có nơi người huynh trưởng. Tôi có dịp đọc lại biên bản Đại hội Huynh trưởng toàn quốc kỳ IX năm 2012, và thấy con số Huynh trưởng vào khoảng trên dưới 500 nhưng tham dự Đại hội chỉ chừng 130 người, tức là khoảng 1 phần 4. Không biết, số Huynh trưởng Đại biểu này có là đại diện đầy đủ cho các cấp Huynh trưởng Tập, Tín, Tấn, Dũng hay không? Nếu được thì quá tốt vì chúng ta cần đồng lòng, cảm thông trong Tổ chức.

Hôm trước, trong phần thuyết trình của chúng trại Vạn Hạnh, anh Thiện Lực có dùng mấy chữ bắt đầu của vần T "thảnh thơi tiến tới thành tựu", coi bộ, mọi người rất tán thưởng. Trong tinh thần lục hòa, tôi xin được chia sẻ 4 chữ trong vần B: buông, bớt, bỏ, bình. Tức là mình cần thực tập Phật pháp để buông xuống những buồn phiền, bớt đi chuyện hơn thua, tranh cãi, bỏ ba nghiệp xấu, thì chúng ta mới có bình an.

Bớt tham muốn, lòng thường biết đủ,
Bớt nói năng, giữ tâm an tĩnh
Bớt lo nghĩ, sống đời thanh thản.

Hãy giữ bình an, thanh thản trong tâm hồn, đừng để những thiên chấp, giận hờn vương mắc thì chúng ta mới thấy được giá trị đúng đắn của con đường Hoa Sen Trắng, phẩm chất cao quý của lý tưởng người Huynh trưởng, và từ đó, mình mới có thể đóng góp hữu hiệu trong công việc giáo dục tuổi trẻ, góp phần nuôi dưỡng, phát triển những mầm non Việt sinh ra và lớn lên ở xứ người.

Xin cùng góp sức giữ vốn cho quê hương! Mong lắm thay!

NGƯỜI HUYNH TRƯỞNG: NHỮNG BƯỚC CHÂN TIÊN PHONG NHỮNG TẤM LÒNG XÂY DỰNG

(Viết cho Trại Vạn Hạnh I – 2016 tại Trung tâm Tu học và Huấn luyện Thích Quảng Đức, San Bernadino, California, Hoa Kỳ)

Theo tập truyền, mỗi lần họp mặt của tổ chức Gia đình Phật tử, chúng ta thường mượn pháp hiệu một cao tăng với ít nhiều tâm trạng hướng về và gửi gắm. Quy ngưỡng để tìm ra từ sự nghiệp cống hiến của một bậc chân tu những giá trị trong suy nghĩ và hành động cần được phát triển, ứng dụng và thực thi trên con đường hoạt động cho giới trẻ. Gửi gắm hay ký thác là một hình thức bày tỏ ước vọng được thành hình trên căn bản những điều gặt hái được.

Thiền sư Vạn Hạnh là một vị cao tăng, chứng đạo, độ đời, giúp nhà Lý khởi nguyên và hưng vượng được 216 năm. Người thấu rõ quy luật phát triển của các thực thể hay định chế xã hội khi từ chối vị thế và vai trò độc tôn của một hệ thống tư tưởng và tâm linh là Phật giáo đương thời để tìm thế tồn tại trong ổn định lâu dài là sự hòa hợp trong bình đẳng và an bình. Chủ trương được mệnh danh "tam giáo đồng nguyên" là một đặc điểm dung hóa các nguồn tư tưởng thời bấy giờ vào mục đích chung: giúp nước giàu mạnh, làm cho lòng dân yên ổn. Một việc làm không phải dễ, không phải cá nhân hay thế lực nào cũng làm được cho một vận hội lớn lao như thời nhà Lý, nhà Trần. Phải có trí tuệ dẫn đường, phải có lòng từ bi vô hạn thì mới đạt được mục đích mà không bị danh lợi dính chân.

Mời quý Anh Chị đọc lại bài kệ đắc pháp của Ngài:

Thân như điện ảnh hữu hoàn vô
Vạn mộc xuân vinh thu hựu khô
Nhậm vận thịnh suy vô bố úy
Thịnh suy như lộ thảo đầu phô.

dịch nghĩa:

Thân như bóng chớp chiều tà
Cỏ xuân tươi tốt thu qua rụng rời
Sá chi suy thạnh việc đời
Thạnh suy như hạt sương rơi đầu cành.

Con người không còn âu lo, chán chường trước lẽ vô thường của vạn vật và của kiếp người một khi đã thẩm thấu nghĩa lý của nguồn đạo. Bởi vì việc hưng vong, thành bại, thịnh suy trong cuộc đời chỉ là kết quả từ những nhân duyên biến hiện theo sự vận hành của vạn pháp. Thời Lê Ngọa triều, nước nhà điêu linh, dân chúng ta thán vì chính sách bạo ngược của triều đình, vì sự tham đắm dục lạc của vua quan, cho nên là hoàn cảnh và cơ hội chính đáng đưa Lý Công Uẩn lên ngôi báu với sự giúp đỡ tích cực của thiền sư Vạn Hạnh cho dẫu mưu định được chuẩn bị từ lâu và tại một xứ sở mà việc tranh chấp quyền lực còn thường xuyên tiếp diễn. Theo tài liệu của giáo sư Hoàng Quốc Hải, trích từ Đại Việt sử ký toàn thư, việc chuẩn bị được thực hiện khi Lý Công Uẩn mới lên năm nhưng đã được Vạn Hạnh gửi gắm trong hoài bão khác thường "Đứa bé này không phải là người thường, sau này lớn lên tất có thể giải quyết được mọi việc khó khăn, làm vua giỏi trong thiên hạ".

Nhưng, lịch sử cho thấy sự dự phần của thiền sư Vạn Hạnh vào việc củng cố triều đại nhà Lý chỉ có ý nghĩa hoằng dương một chính sách đặt nền tảng trên tinh thần nhân bản nghĩa là từ bi và trí tuệ, là tinh yếu của tinh thần nhà Phật, mà không nhằm phát huy Phật giáo như một ý thức hệ chính thống duy nhất

- Trong tình thế bây giờ, con phải làm gì để an lòng dân, mở đường dựng nước?

- Hãy làm ngược lại những gì Ngoạ triều làm, và phải lấy sự ấm no của dân làm gốc, thì vương triều sẽ vững mạnh.

Đó là lời dạy của vị Thầy có trí tuệ, có từ bi. Nghĩa là lấy Phật tâm quán chiếu khi cần nhận thức và giải quyết mọi việc cần thiết trong cuộc đời. Con đường "dung hóa" bắt nguồn từ từ bi, trí tuệ đã góp phần giữ vững lâu dài một triều đại và rõ rệt hơn là đã tiêu trừ mầm mống phân hóa, tranh chấp vốn đã hoành hành trên xứ sở.

Sử sách ghi lại lời tán dương của vua Lý Anh Tông như sau:

Vạn Hạnh dung tam tế
Chân phù cổ sấm thi
Hương quan danh Cổ pháp
Trụ tích trấn vương kỳ.

Hành động "dung tam tế" của người chính là việc nhìn nhận sự tồn tại những khuynh hướng tư tưởng không chỉ nơi ba tôn giáo chính mà cả nơi các nguồn tư tưởng cổ truyền, bằng việc duy trì sự hiện diện có ý nghĩa của chúng trong đời sống tinh thần, tâm linh của người dân và như là triết lý hành động trong tổ chức quốc gia.

Có thể nghĩ rằng hành động mang tính chất dung hóa về mặt tư tưởng của Vạn Hạnh đã góp phần hình thành tình trạng dung hợp đặc biệt trong tinh thần người dân Việt từ phong cách sống, lễ lối suy nghĩ đến thói quen, làm việc trong đời sống. Tính chất đặc thù của các nguồn tư tưởng Nho, Lão, Phật chỉ làm phong phú thêm đời sống tinh thần và khả năng kiến tạo cho lợi ích chung như lời ghi nhận: "một vấn đề khác có giá trị tư tưởng và sáng tạo của nhà Lý là ở chỗ dung hợp cả ba tôn giáo: Phật, Nho, Đạo và khai thác ở mỗi tôn giáo một tính chất ưu việt để làm định hướng cho sự xây dựng và phát triển xã hội".

Trở về những điều chúng ta muốn gửi gắm, Trại huấn luyện Vạn Hạnh mang ý nghĩa gợi ý và nhắc nhở các anh chị Huynh trưởng trên con đường hành động.

Một là, cần thấu đạt tinh thần dấn thân, đem Đạo vào Đời mà không bị những cám dỗ của đời lung lạc hay xoay chuyển. Từ nhiều thập niên trước, cùng với sự phát triển của tổ chức, bước chân những Huynh trưởng tiền bối xuất hiện khắp nơi trên hai miền Nam Bắc, mang châm ngôn Bi Trí Dũng, Hòa Tin Vui đến với mọi thành phần tuổi trẻ. Những bước đi hào hùng cũng có, mà âm thầm, lặng lẽ cũng có, khiến chúng ta, thế hệ kế thừa, ngưỡng vọng những bước tiên phong, những bàn tay đặt phiến đá căn bản và vững vàng cho tiền đồ của tổ chức. Thế hệ đi đầu ấy vững tiến, không biết mỏi mệt, trên đoạn đường nhiều gian khổ, mà tuyệt nhiên, không mong đợi một đặc ân, một phần thưởng nào! Họ được hồn thiêng sông núi cảm thông, hay được sự gia hộ âm thầm của những tâm niệm cứu đời cao tột như ngài Vạn Hạnh, như anh Như Tâm, như chị Quách Thị Trang... Theo tôi, thay vì chúng ta cất công tìm hiểu nguyên do thì tốt hơn, chúng ta hãy chân thành mở lòng đón nhận linh khí vĩ đại đó để nuôi dưỡng thêm tinh thần phụng sự của mình.

Hai là, lấy tinh thần "dung hóa tất cả để làm lợi ích tất cả" nghĩa là chấp nhận dị biệt để phục vụ cho sự tồn tại chung. Dung hóa, như thế không phải là sự nhượng bộ trá hình hay mưu tính dàn xếp mà là con đường đúng đắn để cộng tác trong bình đẳng và thành thực. Ta không thể tồn tại trong an lành nếu không nhìn nhận sự có mặt của kẻ khác. Do vậy, chúng ta không tin sự thống nhất về mọi mặt là mục tiêu tối thượng của tổ chức trong khi, trên thực tế và về bản chất, những cái dị biệt chỉ khiến cho một thực thể thêm phong phú và đa dạng.

Tinh thần dung hóa cần được phát triển trong mọi trường hợp, đặc biệt là khi sự dị biệt có nguy cơ trở thành đầu mối phân hóa. Hơn nữa, tinh thần dung hóa không nằm ngoài tinh thần châm ngôn Bi Trí Dũng, vốn là nền tảng tinh thần vững chắc trong hành hoạt của chúng ta.

Trong chiều hướng suy nghĩ như trên, nhất là trong tình trạng phân hóa như hiện tại, chúng ta cần suy nghĩ và hành động ra sao trước anh linh những người đã tận hiến cho lý tưởng, anh linh chư Thánh tử đạo, những bậc tiền bối hữu công, trước bao thao thức, trăn trở của nhiều lớp Huynh trưởng về tiền đồ phát triển của tổ chức và cả những Lam viên khắp nơi đang trông ngóng ở chúng ta một định hướng rõ rệt, những quyết định sáng suốt, can đảm nhằm đem lại sinh khí mới, niềm tin mới cho tổ chức. Tôi xin mạn phép đưa ra vấn đề như vậy để chúng ta cùng phân tích, thảo luận và hy vọng, ai cũng thêm được niềm vui, tự tin sau khóa học này.

Theo thiển ý của tôi, bên cạnh việc quán triệt tinh thần dung hóa, không thể thiếu phần thực tập Phật pháp trong đời sống của mình. Một cách đơn giản, thử áp dụng mấy lời quán ngữ dưới đây:

nguyện rũ bỏ âu lo
học tha thứ, bao dung
cho tâm tư nhẹ nhõm.

Khi thấy người và ta cùng một bản chất, cùng ở trong thế gian tạm bợ, cùng hứng chịu những nhân duyên cộng nghiệp thì chúng ta sẽ bỏ qua được hết những dị biệt, phiền trách mà cùng nắm tay xây dựng mái nhà thân thương, vui vẻ. Mình vui mà người khác cũng vui, nhất rồi, còn muốn gì nữa!

Nhiều thế kỷ trước, thiền sư Vạn Hạnh đưa ra định hướng "dung hóa", từ đó, đã góp sức làm cho triều đại vững mạnh lâu dài, lòng người yên ổn. Sắp tới đây, Tổ chức GĐPT tại Hoa Kỳ của chúng ta sẽ kỷ niệm 40 năm sinh hoạt tại xứ sở này, có bao giờ chúng ta, những trại sinh Vạn Hạnh, hãy phát huy tinh thần Vạn Hạnh, dành chút thì giờ quán chiếu: dựa vào vận hội nào, khai triển tinh thần nào để chúng ta có thể thực thi công việc của thế hệ hữu trách trước khi trao truyền cho thế hệ kế thừa, cho đàn Em thân yêu của mình, một niềm vui trong tin yêu và hy vọng.

WHAT FORM
OF BUDDHISM IS FOR US?

*Memories of the 2013 Retreat
of Awakening Lions Camp, Southern California*

Under the warm sun of an early summer day, a group of young campers at the 2013 Retreat of Awakening gathered together under the shade of an old pine tree and asked me the above question. The answer to this question was not simple. It not only revealed the true concerns of the young people at the camp, but more importantly, this question calls upon those who have responsibilities in Buddhism to address this issue, as it has been asked over the past decades, referring to terms like "modernizing". The young people sitting next to me did not just sporadically ask this question; they have been contemplating about their spiritual path and spirituality, as the generations before them have too asked this same question when wanting to affirm the path they have chosen.

These young people are in their thirties, born and raised in

America, with a college education, and are working professionals rising and excelling in their careers. What sets them apart from others in their age group is their desire to make life more purposeful and meaningful. When building a life based on these concepts and dedicating themselves to serving society, these young people have discarded the old way of just living passively, of just "going through the daily routine of going to work, coming home, and doing it all again the next day", but instead "stepping out and finding their own path".

The presence of young people, not only at the Retreat of Awakening, but everywhere encourages others including myself to focus on ways to help our youth deepen their spiritual growth and their zeal/passion to pursue their dreams and goals. At this moment, I would like to express my deep heartfelt emotions towards those who have come together on this same path and recognized the need to attain our goal, often referred to as "ideals". Being involved with the Buddhist Youth Association for almost twenty years in the U.S., I greatly cherish the IDEALS of the organization. I recognize that people who live their lives by upholding their ideals face many challenges, but in return their lives are more MEANINGFUL, bringing more benefits to others in society.

As Buddhists, we have seen how Prince Siddhartha is an excellent example of someone who had discovered the meaning of life, by teaching and showing all beings the way to truly liberate. He had the courage to leave behind his family fortune, fame, and power when he realized that the path to seek is not the monarchy throne but the path of Enlightenment to help others liberate from the suffering within the Cycle of Life.

I once read this strong warning in a literature: "Oh beings! Why do you not fear and stay away from suffering but instead continue to delve into it?". We continue to endure it, just like in the story of how the King Monkey continuously endured the painful prodding of the needles on its head when it acted a specific way. It is like the wheels of the cart being pulled by the cow; the wheels keep rolling on and on, endlessly! By truly understanding life, you will see that you have many choices in life. You can choose to move forward and rise up, serving others similar to Bodhisattva Samantabhadra. For those with different religious faith, there are endless examples of great role models whom have devoted their lives to serving others such as Mahatma Gandhi or Dr. Marin Luther King, Jr.

FAITH FOR OUR YOUTH

The Retreat of Awakening is a summer camp lasting 3 days and 3 nights, which is longer than the 48-hour trips I was granted (when in the military) in the past. Being at camp allows young people opportunities to reflect, contemplate on past actions but more importantly recognize the challenges on the paths that they are currently pursuing. They can clearly see the effect and true benefits of Buddhism when faced with the needs and issues of today's time. With that said, the environment at camp does not heavily emphasize theories and philosophies! The camp program and agenda is very relaxing and lay-back. There are interactive fun games and activities, reflective meditations in the morning, talent shows in the evening, vegetarian meals to enjoy, and many opportunities to network and build friendships with good (kind, friendly) people!

At this camp, I really like the way that we carry out teamwork. While working and having fun together, we also learn about responsibilities through our assigned and shared tasks. We get the job done in the spirit of cooperation and solidarity. This spirit is what the Buddha calls "compassionate collaboration, within the four all-embracing virtues". We live in the Information Age where collaborative work and shared information are transmitted quickly and effectively, overcoming all physical obstacles.

From any remote locations, we can "sit" together via teleconference call to exchange information, discuss, or solve problems as if we were physically in the same room.

Furthermore, recognizing the benefits of serving the common good, we need to change our attitudes and practice standing up courageously to take on a task or accept a job that we've been entrusted with. This attitude and spirit of service should be promoted in all cases and in all situations, especially during the camp's staff meetings when tasks and responsibilities are assigned. For those who recognize their skills or the areas they enjoy working in, you are all welcome to "follow the calling". For those who are good at administrative work, know a lot about designs, or are skillful in creating activities for large groups, you should volunteer and contribute.

Broadly speaking, I believe the meaning of life for a young person only takes shape when it is built on the foundation of serving others. When one comes across a person in the street who is suffering, lend a helping hand.

Living with a true, pure heart, with no personal gains, and only wanting to do volunteer work, our youths will make positive contribution in life and to mankind. Hence, I believe the sessions led by Ms. Quyen Vuong and Mr. John Bell on the last day of camp will help build the spirits of the campers as they journey on their chosen paths.

ACTIVITIES IN BUDDHISM

We all recognize how living in this new country have brought vast, profound changes to many aspects of our lives, transforming some of our traditional beliefs and values, and at times even bringing about worries and concerns. Likewise, the views on traditional Buddhist beliefs cannot avoid also being transformed, but they can be explained. Some believe that most people do not uphold the image of a temple in the same regard as in the past, as described by poet Huyen Khong "a pagoda's roof shelters the soul of a nation, the way of life of past generations". In the thoughts and emotions of many people, not just those who believe in the Buddha, Buddhism pervades a person's way of life, creating a connection and understanding among all people. A temple (or pagoda) symbolizes the power of love, selflessness, and desire to liberate often found upon the door of meditation.

The essence of Buddhism has not changed, but a person's heart and mind today have changed; people have changed the way they view traditional values, including how they view Buddhism. Young people have expressed what they hope and expect in today's Buddhism; in my opinion, that image is the journey that they will take part in and find inspiration from the nature setting at the Lions Camp (at the Retreat of Awakening).

Nature shelters and fosters us, enriching our lives. We often look to nature as a source of energy and comfort. It seems the campers present at the 2013 Retreat of Awakening (at the Lions Camp) recognize the invaluable experience of gathering together among the old pine trees towering over the mountain of 4,000 feet high. Surrounded by the majestic scenery and loving shelter of Mother Nature, campers instantly feel rejuvenated and refreshed upon arrival to the campsite. From the start, there are many interactive games and activities that help connect and bond the campers. I really enjoyed the game called GETTING ACQUAINTED; it helps campers easily get to know each other in a fun way. For example, people who drive the same type of cars find each other and form a group; those who drive a Toyota form a group with those whom also drive a Toyota. Then, the game changes and people form groups according to various age groups: middle age, early-twenties, those near "mid-life crisis", etc. (I think it's to differentiate who will get the red lucky money envelope in the next Lunar New Year!) The people who coordinated and led these games are very talented and creative!

Youth activities should build upon the spirit of teamwork and collaboration. Collaboration creates the condition and environment for love and friendship to flourish into fruition. It's often said that one tree alone cannot make a difference, but a group of three trees standing tall together can become a high mountain. Let's come together, hold hands, open our hearts and listen to each other's sorrow, suffering, and emotional thoughts. By doing so, we will realize that nature have brought us closer together, to help us find the emotional connection with all things and all beings.

Personally for me, I became emotional when I heard a camper (named T.), a first year student studying Medicine, shared how he was currently suffering in a situation he was in. He shared in English: I am filled with sorrow. I don't know what to do to be able to stay connected to my brothers and sisters in the Youth Group. I have known them for a long time; we had Dharma and Vietnamese classes together. I miss them; I love them a lot. I feel helpless in a situation that is difficult and out of my control. About a half hour earlier, in my conversation with T., I had comforted him with these words: Time is the best medicine for healing, let's support each other. When I returned to my temple, I continuously thought about this: How many other young people out there are similar to T., currently enduring sorrow and anxiety and now knowing how to overcome it? These types of gatherings in a nature setting help people to easily detach from the old ways of behaving and thinking, and become more understanding and empathetic to each other. Lions Camp is adjacent to the Bodhi Youth of America Camp, which had recently been renovated to support these types of activities and spirit. I believe on the weekends of every two months, if the whole family (parents and children) could attend the BYA Camp for two days of practice and fun activities, they will feel more relax.

The stress of daily life will be reduced and the family willattain more happiness.

Next year, the 2014 Retreat of Awakening will be held in Texas. The camp staff will begin researching the best place to host the 2014 camp, after the announcement of the new Camp Director. Ms. Thanh Van D. Nguyen, from Oklahoma City, has been voted by the camp staff to be the 2014 Camp Director. Venerable (Thầy) Thich Dao Quang, after more than a year of leading the camp staff with new, innovative ideas for the 2013 Retreat, will now become the assistant to the 2014 Camp Director. The Retreat of Awakening developed this style of working, and hopes to preserve this tradition as it enhances the sense of share responsibilities and service.

AWARENESS OF A NEW PATH

New ideas and ways of hosting camps, such as the Retreat of Awakening, is only one of many methods to meet the needs of improving and sustaining our organization. The young people's concerns about Buddhism were shared under the old, shady pine trees at the Lions Camp. There is a need for a new way of viewing Buddhism and the need to take actions in the youth organizations that have been in existence for over 60 years. This work, in my opinion, is similar to the movement to revive Buddhism in the 1930's (in the 20th century), that changed the cynical Buddhist view.

This work is also meaningful, in that it continues the efforts of Buddhism in the late 1960's, of making the Buddhist teaching more practical and applicable to our daily lives.

Now is also the time to have a fresh, new perspective on Buddhism, adapted to the true needs and demands of our time that young people have expressed.

What form of Buddhism is for us in the 21st century? I believe it is a form of Buddhism that is consistent with science, aligns with the principle of Cause and Effect, and brings sustainable peace to our daily lives.

This effort also aims to bring forth a new sense of Buddhism, in the spirit of service to benefit all beings; it is the work of everyone who believes in Buddhism, including the young people in the Retreat of Awakening with their concerns and hope.

PRACTICING MINDFULNESS FOR YOUTH

Looking at American society so active and proliferous, we Buddhist practitioners sometimes have some conflicting ideas. We believe in the bright future and great growth of American society and the strong value of human rights in the United States; however, the law of impermanence in the Buddha's teaching is still with us.

Through the news and TV programs, I feel the youth's spiritual needs are not being met. We believe that without true direction, youth will not be able to develop their true potential and might be stuck in this society with such strong and fast growth.

I feel very honored and happy to attend the Vatican's conference on 'Buddhist – Christian dialogue' in the summer of 2015. With my spirit of a Buddhist monk in Engaged Buddhism, I would like to contribute a few ideas in regards to youth in America.

A few key points that I would like to share are as follows:

We, as spiritual leaders need to continue understanding youth's wishes, desires and thinking in this Information Age. From there we may be able to guide them to have strong belief in their spiritual path, in order to help them build a strong, constructive and healthy future and bring benefits to all people.

We need to encourage youth to pay attention to their family life where their daily activities and connections are with their loved ones. In the spirit of religion, families are like a warm place to nourish people. If we have a solid and harmonious family, then we have created an environment for youth to live happily and solidly in order to build a healthy society.

Now I would like to introduce my students who have accompanied me on this trip, Brother Pho Duc and Sister Pho Chau. They are also my assistants and recently were assigned to be the spiritual advisors to the Buddhist Youth groups: Chanh Tam (Right Heart) and Chanh Hoa (Right Harmony). Brother Pho Duc was born into a virtuous family of teachers. He graduated from the University of Education in Vietnam. As a monastic in the United States, he continued going to university studying multi religions until 2006.

Sister Pho Chau came to the United States when she was 10 years old; she graduated from the University of Hawaii. She became a nun to serve mankind. She also has served at Alta Bates Hospital in Berkeley, California, as a chaplain; assisting the patients and their family members.

Brother Pho Duc and sister Pho Chau are young and represent the young generation; they both will contribute direct and practical experiences to young people. The reason we create this document is to share our hearts with you, the conference attendees, to build our relationship and fraternity.

I sincerely express my deep appreciation to Pope Francis who shows a generous heart when he created and supported this opportunity. I also want to thank Professor Donald Mitchell of

Purdue University who has helped and encouraged me on the journey to attend this conference.

MY YOUTH, MY STORY:

My youth occurred during the war in Vietnam, therefore I had more sorrow than joy. I remember my family was in a village that was about 20 km in the south of Hue city, which is Central Vietnam. In high school at the age of 14, I already felt there was something wrong in my future. I stopped going to school and left home when I was 15 years old, even though my family had enough food and clothes, and I knew my parents loved me very much. The only thing was that I felt nobody understood me and I needed to leave home and find my own path! During these 2 years away from home, I lived with friends. One of my best friends was a member of the Buddhist Youth group; he was three years older than me. We shared with each other many experiences of happiness and sorrow. We had lots of fun discussing ancient Chinese stories. We felt sad when feeling lonely and disconnected from life; we also felt poor when we had to share a cigarette. During this period, I also was a friend with a Catholic man. The interesting thing was that both of us had a dream to live a monastic life. Dũng wanted to be a Jesuit priest, focusing on education. I had to wait for eight more years to have the 'right condition' to realize my dream. Knowing Dũng, and a friend with many Catholic practitioners, and especially because of my father's acquaintance with Father Ngoc & Uncle Oai at the Catholic village, My Luong, I had love and respect for other religions early.

As a refugee in the United States in 1975, and living by myself, I had the opportunity to look closely at my life. Leaving behind me the sorrow past of a war-torn life, I did my best tó rebuild my life in this new free society. Because I experienced a poor quality of life in a war-torn country that I had just left, I appreciate the meals full of nourishment in this country. Since then I also love the children who are starving in Africa and in many other places in the world. I remember when I contribute to the fundraising to support the hungry children in Vietnam, coordinated by sister Chan Khong of Plum Village since 1978, every month $10.

I deeply connect with the loneliness and lost feelings of young people; especially when they no longer have faith in society, or they can not lean on their loved ones or have a warm and loving connection with their family members. My personal experience was the months and years away from home, as a homeless person, lying on a hammock, in the middle of the jungle full of danger in the Central part of Vietnam. I love and respect the warm, connected atmosphere of families. I realize that growing up in a family full of care with understanding and love, a child may be able to become a solid person both spiritually and physically.

Believing in this, when I graduated from University and started to work with youth, I focused on building and working closely with the Buddhist Youth groups. At the Compassion Meditation Center in Hayward, California where I reside, we now have three Buddhist Youth groups: Right Heart, Right Virtue, and Right Harmony, a total of about 300 students. I also participate in retreats of the Retreat of Awakening, Harmony Pine Camp and the WakeUp movement. I also attend many camps of Boy Scouts, youth of Catholic groups to maintain the Vietnamese culture in many places in the United States.

I believe that through our common activities with the same goal of supporting society and humanity with love and compassion for youth, we can build a close, sincere and long lasting brotherhood and sisterhood relationship.

I feel at ease and happy as a Buddhist monk. Looking back, for the last 20 years plus, I made friends with many young people. Despite our various religions, languages and cultures, we collaborated to build our community in friendship and love. I specifically remember the connection at the summer camp with Unaccompanied Minors (orphans) coordinated by the Lutheran Social Services of North Dakota. I treasure this memory (I have a picture of this event hanging in my room.) Wow! I felt love and heart-felt emotion looking at young children, thinking of my poor situation in my past, and being lonely without connections to my parents and other family members.

However, I had many connections with friends to nourish human touch. Recently Professor Mitchell kindly offered to help me transport a mindfulness bell to Rome. The sound of the spiritual bell reminds me of a lovely memory spending time with some young people. I used a lid of a pan as a mindfulness bell to guide a sitting meditation with a Catholic family. Such a courageous young man, no roadblocks! I have fun thinking about this story. That year I was 32 years old. I took 3 months going through 20 states in the United States to share the dharma in many places with many people. In my youth, I had neither serious obstacles nor disaster. Similar to so many other families and people in a country during wartime, we had to be patient, tolerant and even be-friend with the difficulties and danger of war. I recognize I did not have a clear future for myself. Luckily, perhaps because I was raised in a strong and healthy family, I did not fall into serious problem. After that, growing more in the United States, I had many wonderful opportunities of 'right conditions', I found peace and joy in my life. On the path of service, through my own experience, I understand somewhat the wishes and desires of youth in this modern society, what do they want, what are they struggling with. I vow to do my best to guide youth, to help young people have better spiritual path and energy to progress solidly in life. Hopefully society will be peaceful and have more joy and less suffering. I believe exactly as the teaching and wishes of the Pope. This is also the path of Bodhisattvas in Buddhism:

May all beings be safe.
May the world be peaceful and happy.

HOW IS YOUR YOUTH?

Each morning when I wake up, I ask myself: How do I live? Life is not permanent; I know that each minute, each hour during the day is for me to live in each moment. I need to live in peace in order to bring joy and happiness for myself and consequently for others. I practice this gatha from the practice of Plum Village tradition, and I want to invite you to do the same:

"Waking up this morning, I smile, Twenty-four brand new hours are before me.

I vow to live fully in each moment; and to look at all beings with eyes of love and compassion".

This is mindfulness, love and compassion. You may light up your mindfulness energy with your breath. Then smile and offer your gift to life. Let go of worries, and remember not to chase after a material life. The more I want in the material world, the less freedom and peace I have. I know the same is true for all of us. When I know I have 'enough' for both mind and body then I have happiness. I then vow to beautify the world. This is the path of compassion and loving kindness in Buddhism. We can look at all the people around us with loving eyes, from kind neighbors to police officers who protect us, from our loved ones to our coworkers. We can treat each other with loving-kindness, and we will see life is a joy and life is peaceful in each day, each hour.

I want to introduce another method, for example, PBS that is an acronym for Public Broadcasting System on television in San Francisco. And we can use it this way in mindfulness: P: Pause, B: Breathe & S: Smile. Once in a while, stop what you are doing; follow your breathing with awareness and a smile.

Another code from the world Medical Society is: SAFE. We need to look at this deeply.

S: Smoking

A: Alcohol

F: Food

E: Exercise

We need to pay attention to these four areas of our life, and take care of them carefully. Naturally, don't smoke or indulge in alcohol. Daily we need to watch out for our consumption in moderation and we need to exercise. If we apply these guidelines in pagodas or at home, we foster a happy and healthy life right in this world for ourselves and for those around us, even though the world may not be perfect.

If you want to progress further on this path, and you can achieve more peace and joy, plus have the capacity to help others; please let me introduce to you the Buddhist mindfulness practice. Mainly Buddhist mindfulness has two parts: stopping and looking deeply.

Stop wishing for things that are far-reaching ambition. Stop wanting material things and forget that you are living right here, right now, moment by moment. At our pagoda, I practice: mindfulness is the heart of life. I believe that with mindfulness we can stop and prevent creating bad things and cultivate good things. Therefore we can create goodness and beauty in our lives.

First thing we need to remember: When we have mindfulness, we can be our own bosses. Then look deeply in our activities during the day. For example, when you feel some sadness or anger, don't let that anger hurt yourself and others. Don't let a small anger become a huge deal, and regret later. Use mindfulness skillfully, breathing in and out with awareness and you will be the boss of that anger.

You will find peace and joy as a result of practicing mindfulness daily and being aware of your daily activities. You may want to practice 20 minutes a day. This is a time of peace and nourishment for our spiritual lives. I believe strongly in this. I wish you success.

TU GIỮA CHỢ

Thành phố nhỏ, nhưng đông người. Con đường trước chùa, nhà cửa, quán xá không mấy sang trọng. Xe cộ qua lại ồn ào. Chùa nằm sát bên trường học. Sáng tới chiều học sinh lủ khủ ra vào. Mà các em học sinh nhỏ nữa thì ồn hết biết! Phía sau chùa là đường rầy xe lửa. Cả ngày, tiếng xình xịch, tiếng còi hụ chắc át hẳn tiếng mõ sớm chuông chiều.

Thầy trụ trì ốm, nhưng không yếu. Thầy bao hết mọi việc từ trong ra ngoài, từ trước ra sau. Mấy năm lo xây cất chùa đem đến không ít phiền toái cho Thầy. Số lượng tăng chúng trong chùa lên xuống thấy rõ, đủ chứng tỏ cũng có lúc sóng dậy thiền môn. Vậy mà lâu lâu gặp, thấy Thầy vẫn cười. Nụ cười hiền hòa và cảm thông.

Thầy có khả năng nhìn xuyên suốt cái tên Gia đình Phật tử để thấy những con người thực – phần hồn của đoàn thể đó. Thầy chia sẻ niềm đau khi anh chị em áo Lam bất hòa. Thầy chung vui với gia đình Lam khi có những thành quả đáng khích lệ. Thầy an ủi khuyến tấn những người áo Lam đối diện nghịch cảnh trên con đường tập tành hạnh bồ tát.

Mai mốt về chùa, bạn nhớ nhắc mình đọc vài câu kính tặng Thầy…

chiếc áo nâu bạc màu sương gió
giữa chợ đời cười cảnh có, không…

Nhật Quang Đạo